पुणे विद्यापीठाच्या **जून २०१०-११ पासून** बदललेल्या नवीन अभ्यासक्रमानुसार **तृतीय वर्ष कला (S - 4)** या वर्गासाठी लिहिलेले पुस्तक. महाराष्ट्रातील सर्व विद्यापीठांसाठी उपयुक्त.

Quantitative Methods & Research Methodology

I0669198

अर्थशास्त्रीय गणिती तंत्रे व संशोधन पद्धती

प्रा. डॉ. पुष्पा रानडे

डायमंड पब्लिकेशन्स

अर्थशास्त्रीय गणिती तंत्रे व संशोधन पद्धती

डॉ. पुष्पा रानडे

डायमंड प्रथम आवृत्ती – जुलैं २०१०

ISBN 978 - 81- 8483 - 302 - 7

© डायमंड पब्लिकेशन्स, पुणे

अक्षरजुळणी :
अक्षरवेल, पुणे

मुखपृष्ठ :
शाम भालेकर

प्रकाशक :
दत्तात्रेय गं. पाष्टे
डायमंड पब्लिकेशन्स,
१२५५, सदाशिव पेठ, लेले संकुल,
पहिला मजला, निंबाळकर तालमीसमोर,
पुणे ४११०३०. ☎ ०२० – २४४५२३८७

E-mail : diamondpublications@vsnl.net
Web : www.diamondbookspune.com

प्रमुख वितरक :
डायमंड बुक डेपो
६६१, नारायण पेठ, अप्पा बळवंत चौक,
पुणे ३०.
(०२० – २४४८०६७७

डायमंड सहकारी – प्रा. सु. ह. जोशी, लीना बोर्जेस, शिल्पा कुलथे, राजश्री जाधव, श्रद्धा ठकार, सचिन, विकास.

लेखक परिचय

डॉ. पुष्पा भालचंद्र रानडे

- पदवी B.A. (Hons). मुंबई विद्यापीठ
  अर्थशास्त्र विशेष विषय - गणित व सांख्यिकी या विषयांसह
- पदव्युत्तर शिक्षण - अर्थशास्त्र विशेष, विषय - गणित व सांख्यिकी या विषयांसह, पुणे विद्यापीठ
- M.Phil. - गोखले अर्थशास्त्र संस्था, पुणे विद्यापीठ
- Ph.D पुणे विद्यापीठ

अध्यापन -

- श्री सिद्धिविनायक कला व वाणिज्य महिला महाविद्यालयात 1990 पासून अर्थशास्त्र विषयाच्या प्राध्यापिका म्हणून नियुक्ती. 1992 पासून अर्थशास्त्र विभाग प्रमुख म्हणून जबाबदारी. फेब्रुवारी 2008 पासून प्राचार्यपद सांभाळत आहेत.
- पदव्युत्तर विभागामध्ये अर्थशास्त्रातील विविध विषय शिकविण्याचा दीर्घ अनुभव, प्रामुख्याने, गणित व संख्याशास्त्र आणि संशोधन पद्धती या विषयात विविध महाविद्यालयात पदव्युत्तर शिकविण्याचा अनुभव. M.Phil. व Ph.D मार्गदर्शिका म्हणून पुणे विद्यापिठाची मान्यता.

संशोधनपर निबंध -

- राष्ट्रीय व आंतरराष्ट्रीय पातळीवर संशोधनपर निबंध प्रसिद्ध झालेले आहेत.
- महर्षी कर्वे संस्थेमध्ये 1994 पासून आजन्म सेवक म्हणून स्वीकृत.
- महर्षी कर्वे स्त्री शिक्षण संस्थेच्या श्री मणिलाल नानावटी व्होकेशनल ट्रेनिंग इन्स्टिटय़ूटच्या मानद संचालिका म्हणून 1995 पासून काम पाहात आहेत.
- आजन्म सेवक मंडळाच्या चिटणीस म्हणून सध्या काम पाहात आहेत. संस्थेच्या व्यवस्थापक मंडळावर आजन्म सेवक प्रतिनिधी म्हणून नियुक्त आहेत.

प्रस्तावना

पुणे विद्यापीठाच्या तृतीय वर्ष कला शाखेच्या अर्थशास्त्र विशेष विषयाच्या विद्यार्थ्यांच्या हाती हे पुस्तक देताना मला अतिशय आनंद होत आहे. अनेक विद्यार्थ्यांना गणिताची भीती वाटते किंवा गणितात आपली फारशी गती नाही असे वाटते. त्यांना या विषयाबाबत चिंता वाटू शकते, हे लक्षात घेऊन या पुस्तकाची निर्मिती केली आहे.

अर्थशास्त्रासाठी गणित हा अत्यंत आवश्यक विषय आहे. अर्थशास्त्रातील अनेक महत्त्वाच्या संकल्पना गणितीमाध्यम वापरल्यामुळे सोप्या होत असतात. गणित न वापरता अर्थशास्त्राचा प्राथमिक अभ्यास करता येतो. परंतु, अर्थशास्त्राचा प्रगत अभ्यास करणे गणिताशिवाय शक्य होत नाही. याच दृष्टीने आता पुणे विद्यापीठाने अर्थशास्त्र विशेष विषयाच्या विद्यार्थ्यांसाठी तृतीय वर्ष कला शाखेला 'सांख्यिकी तंत्रे' हा विषय अनिवार्य केला आहे.

अर्थशास्त्र विषयाकरता गणिताचा व सांख्यिकीचा जो तृतीय वर्ष कला शाखेसाठी अभ्यासाचा आशयविषय आहे, तो विद्यार्थ्यांचा वस्तुत: शालेय अभ्यासामध्ये शिकून झालेला आहे. आता मधली काही वर्षे त्यांनी गणिताचा आणि सांख्यिकीचा अभ्यास केलेला नाही. हे लक्षात घेऊनच सरावासाठी व स्वअभ्यासासाठी भरपूर उदाहरणे आणि भरपूर नमुना उदाहरणे या पुस्तकात घेतलेली आहेत; तसेच अनेक उदाहरणे सोडवूनही दाखवलेली आहेत.

शालेय गणित विषयात ज्यांना विशेष गती होती अशा विद्यार्थ्यांसाठी आपली तयारी तपासून पाहण्यासाठी प्रत्येक प्रकरणाच्या सुरुवातीलाच स्व-अभ्यास दिलेला आहे.

गणित हा विषय सैद्धांतिक पातळीवर वाचून, समजावून घेताना तो त्रासदायक होऊ शकतो. हे लक्षात घेऊन गमतीदार कोड्यांसारखी सोपी गणिते सोडवत सोडवत विषयाचा गाभा समजावून सांगण्याचा प्रयत्न या पुस्तकात केलेला आहे.

विद्यार्थ्यांनी घाबरून न जाता या गणिती व सांख्यिकी तंत्राशी मैत्री करावी म्हणजे अर्थशास्त्र शिकण्यातील गोडी आणखी वाढेल असे मला वाटते.

हे पुस्तक लिहिण्याचा प्रयत्न मी करू शकले कारण पदवीनंतरच्या शिक्षणात

माझा अर्थशास्त्रातील गणित व सांख्यिकी यांचा अभ्यास चालूच होता. यात ज्यांनी मला प्रोत्साहन दिले त्यांचा ऋणनिर्देश करणे मी माझे कर्तव्य समजते. माझे फर्ग्युसन महाविद्यालयातील, पदव्युत्तर वर्गातील अर्थशास्त्र व गणिताचे प्राध्यापक जोगळेकर, गोखले अर्थशास्त्र व राज्यशास्त्र संस्थेतील माझे एम. फिल. चे मार्गदर्शक प्रा. वेंकटरामैय्या, माझे. पी. एचडी. चे गाईड कै. प्रा. डॉ. लतिका अरगडे आणि डॉ. सुधाकर गडम, आय. आय. टी., मुंबई, येथील गणित विभागातील माझे शिक्षक प्रा. डॉ. इंद्रकुमार राणा, व प्रा. फेलिक्स अल्मेडा या सर्वांच्या मार्गदर्शनामुळे अर्थशास्त्रातील गणित हा विषय मला अपरिचित राहिला नाही.

पुणे विद्यापीठाच्या अर्थशास्त्र विभागाचे अध्यक्ष प्रा. तनपुरे यांनी मला पुस्तक लिहिण्यास प्रोत्साहन दिले. त्यांची मी मन:पूर्वक आभारी आहे. या पुस्तकासाठी सतत पाठपुरावा करणारे माझे बोर्ड ऑफ स्टडीज मधील प्राध्यापक, सहकारी प्रा. कदम, प्रा. दांगट, प्रा. सोवनी, प्रा. भोंग, प्रा. दातीर, प्रा. आव्हाड, प्रा. अपेक्षा जाधव व प्रा. वरदा देशपांडे, प्रा. मधु साटम यांच्या पाठिंब्यावर मी हे पुस्तक पूर्ण करू शकले. माझ्या महाविद्यालयातील माझे सहकारी डॉ. अरविंद शेलार, तसेच ग्रंथपाल प्रा. फरीदा सय्यद यांनी गणित विषय महाविद्यालयात शिकवला जात नसताना गणिताची भरपूर पुस्तके उपलब्ध करून दिली त्याबद्दल त्यांचेही आभार.

सगळ्यात महत्त्वाची भूमिका माझ्या पतीची आहे. आपला भरपूर वेळ खर्ची घालून त्यांनी हे पुस्तक तपासून दिले. डायमंड पब्लिकेशन्सचे श्री. पाष्टे यांनी हे नवीन विषयाचे हे पुस्तक प्रकाशित करण्याची जबाबदारी घेतली आणि शैक्षणिक वर्षाच्या सुरुवातीला ते प्रकाशितही केले, याबद्दल त्यांचे व त्यांच्या सहकाऱ्यांचे मन:पूर्वक आभार.

- डॉ. पुष्पा रानडे

अनुक्रम

भाग १

गणिती तंत्रे

Quantitative Methods

प्रकरण १

गणिती क्रियांशी ओळख
Introduction to Quantitative Methods

1.1 मूलभूत अंकगणित - काही सोपी उजळणी

आपण शाळेमध्ये बेरजा, वजाबाक्या, गुणाकार आणि भागाकार शिकलो आहोतच. त्याचीच आधी साधी उजळणी करू. सध्याच्या युगात आपण गणिती क्रिया करण्यासाठी सहजपणे कॅलक्युलेटर वापरतो. येथे देखील कॅलक्युलेटर वापरायला हरकत नाही.

1.1 स्वअभ्यास 1

1.1.1 बेरीज करा (द्विपदी) 24 + 204 = ...

1.1.2 वजाबाकी करा (द्विपदी) 9089 − 393 = ...

1.1.3 एका बसमध्ये सुरुवातीला 22 प्रवासी बसले होते. पहिल्या थांब्यावर 7 प्रवासी उतरले आणि 12 चढले. दुसऱ्या थांब्यावर 18 उतरले आणि 4 चढले; आता बसमध्ये किती प्रवासी आहेत? (बहुपदी)

1.1.4 पुढील उदाहरणे सोडवा. (बहुपदी)

    1. $962 - 88 + 312 = $ ....

    2. $240 - 20 + 3 + 4 = $ ....

    3. $300 - 82 + 6 + 25 = $ ......

    4. $360 + 4 - 7 = $ ....

    5. $6 + 12 - 4 + 48 - 3 + 8 = $ ......

    6. $420 + 6 - 64 + 25 = $ ......

1.1.5 गुणाकार करा - $12 \times 24 = $ .....

1.1.6 भागाकार करा - $4448 \div 16 = $ .....

1.1.7 एका हॉटेलमध्ये एका मोठ्या पार्टीसाठी एका टेबलावर 6 माणसे, याप्रमाणे व्यवस्था केली होती. प्रत्येक टेबलावर साधारण भाजीच्या 2 डिशेस लागणार आहेत असे गृहीत धरले तर भाजीच्या किती डिशेस 60 जणांच्या पार्टीसाठी लागतील?

1.1.8 एका व्यवसायसंस्थेच्या एका उत्पादनाचा सरासरी खर्च रु. 8.25 प्रति एकक आहे आणि ही व्यवसायसंस्था हे उत्पादन रु. 9.95 प्रति एकक या दराने विकते तर 220 उत्पादनांवर होणारा एकूण नफा काढा.

1.1.9 आता पुढील उदाहरणे सोडवा.

    1. $(12 \times 0) - 8 (14 - 4) = $ ....

    2. $(68 - 32) - (100 - 84 + 3) = $ ....

    3. $60 + (36 - 8) \times 4 = $ ....

    4. $4 \times \left(\dfrac{62}{2} \right) - 8 \left(\dfrac{12}{3} \right) = $ ....

    5. $124 + (6 \times 81) - 42 - (2 \times 15) = $ ....

    6. रु. 76 प्रति नग या सरासरी खर्चाने एक व्यवसायसंस्था 600 नगांचे उत्पादन करते आणि रु. 99 प्रति एकक (नग) याप्रमाणे विकते तर व्यवसायसंस्थेचा नफा काढा.

1.1.10 अपूर्णांकांची उदाहरणे : $\dfrac{168}{104} = $ .....

कॅल्क्युलेटर्स असल्याने आता अपूर्णांकांना घाबरण्याचे काहीच कारण नाही.

तरी कॅल्क्युलेटर नसताना अपूर्णांकांचे गणित सोडवायचे असेल तर, मोठ्या संख्या त्यांचे अवयव पाडून म्हणजे पूर्णांक संख्यांमध्ये विभाजन करून, लहान करून घ्याव्यात व अंश व छेदामध्ये समान असलेल्या अंकांचे निरसन करावे (काटावे). आता खाली काही उदाहरणे सोडवून दाखवली आहेत; ती अभ्यासा. –

1.1.11 $\dfrac{120}{960} = \dfrac{\cancel{12} \times \cancel{10}}{\cancel{12} \times 8 \times \cancel{10}} = \dfrac{1}{8}$

1.1.12 $\dfrac{1}{6} = \dfrac{2 \times 1}{2 \times 6} = \dfrac{2}{12}$

1.1.13 $\dfrac{1}{6} + \dfrac{5}{12} = \dfrac{2}{12} + \dfrac{5}{12} = \dfrac{7}{12}$

1.1.14 $1\dfrac{3}{5} = \dfrac{1 \times 5}{5} + \dfrac{3}{5} = \dfrac{5}{5} + \dfrac{3}{5} = \dfrac{8}{5}$

1.1.15 $2\dfrac{3}{7} - \dfrac{24}{63} = \dfrac{17}{7} - \dfrac{8}{21} = \dfrac{51-8}{21} = \dfrac{43}{21} = 2\dfrac{1}{21}$

अंश व छेदामध्ये समान असलेला विभाजक निरसित करून (काटून) अपूर्णांक छोटा करता येतो. पुढील उदाहरण पहा.

$$\dfrac{20}{3} \times \dfrac{12}{35} \times \dfrac{4}{5} = \dfrac{(4 \times \cancel{5})(4 \times \cancel{3})(4)}{\cancel{3} \times 35 \times \cancel{5}} = \dfrac{4 \times 4 \times 4}{35} = \dfrac{64}{35}$$

या अभ्यासाच्या आधारावर पुढील उदाहरणे सोडवा.

1.1.16 $\dfrac{1}{6} + \dfrac{1}{7} + \dfrac{1}{8} =$ ....

1.1.17 $\dfrac{3}{7} + \dfrac{2}{9} - \dfrac{1}{4} =$ ....

1.1.18 $\dfrac{2}{5} \times \dfrac{60}{7} \times \dfrac{21}{15} =$ ....

1.1.19 $\dfrac{4}{5} \div \dfrac{24}{19} =$ ....

1.1.20 $4\dfrac{2}{7} - 1\dfrac{2}{3} =$ ....

1.1.21 $2\dfrac{1}{6} + 3\dfrac{1}{4} - \dfrac{4}{5} =$ ....

1.1.22 $3\dfrac{1}{4} + 4\dfrac{1}{3} =$ ....

1.1.23 $8\dfrac{1}{2} \div 2\dfrac{1}{6} =$ ....

1.1 (अ) आकड्यांचे विविध प्रकार

हजारो वर्षांपासून माणूस आकड्यांचा वापर आपल्या रोजच्या व्यवहारात करत आला आहे.

आकड्यांच्या वापरामुळे त्यांचे गुंतागुंतीचे व्यवहार सोपे झालेले आहेत. त्याचा थोडा अभ्यास करू.

आकड्यांच्या साहाय्याने मोजणी व शून्याचे स्थान

कोणत्याही, स्पर्श करू शकणाऱ्या, स्पष्टपणे वेगळ्या करू शकणाऱ्या वस्तूंची वेगळी वेगळी मोजणी आकड्यांच्या शोधामुळे स्पष्ट झाली. आकडे वापरून वस्तू मोजणे त्यांची बेरीज करून एकूण वस्तू मोजणे हे सर्व शक्य झाले. 1 ते 9 अंक झाल्यानंतर शून्याचा शोध हा फार महत्त्वाचा मानला जातो. शून्याकरता एक वर्तुळाकार चिन्हं वापरले जाणे हे ही खूप महत्त्वाचे आहे. हिंदुंच्या गणनेमध्ये शून्याच्या चिन्हाचा वापर प्रथम केलेला आढळतो. शून्याच्या अस्तित्वामुळे मोजणी सोपी झाली. 1 ते 9 अंक आणि शून्य वापरून कितीही मोठी संख्या मोजता येणे सुकर झाले. याला 'दशमान पद्धती' असे आपण म्हणतो. या दशमान पद्धतीने सर्वदूर सर्वत्र मोजमापाची क्रिया सारखी झाली.

1.1 (आ) ऋण संख्या

सर्वप्रथम मोजण्याची क्रिया ही आपल्यापाशी किती वस्तू आहेत हे मोजण्यासाठी झाली परंतु नंतर आपल्यापाशी जेवढे आहे त्यापेक्षा जास्त देण्याची परिस्थिती असेल तर काय करायचे? म्हणून मग ऋण संख्यांचा समावेश झाला; ऋण संख्या देणे दर्शवते.

संख्यारेषा : आता शून्य मध्ये ठेवायचे आणि त्याच्या डाव्या बाजूला ऋण संख्या मोजायच्या व उजव्या बाजूला धन संख्या मोजायच्या; म्हणजे प्रत्येक अंकाला त्याचा जोडीदार अंक तयार होईल; खालील उदाहरण पहा.

खाली दिलेल्या अंकांच्या रेषेला 'संख्यारेषा' असे म्हणतात. मध्यभागी शून्य ठेऊन त्याच्या डाव्या बाजूला ऋण संख्या उजवीकडून-डावीकडे चढत्या क्रमाने मांडाव्या व त्याला ऋण (वजा) चिन्ह द्यावे. शून्याच्या उजव्या हाताला डावीकडून-उजवीकडे चढत्या क्रमाने संख्या मांडाव्या व त्याला धन चिन्ह (+) द्यावे. सर्वसाधारणपणे धन चिन्ह देण्याची पद्धत नाही. त्यामुळे अंकाला कोणतेच चिन्ह दिलेले नसेल तर तो अंक किंवा ती संख्या धन चिन्हाची आहे असे मानण्याची पद्धत आहे. संख्या ऋण असली तर मात्र ऋण चिन्ह दिलेच पाहिजे.

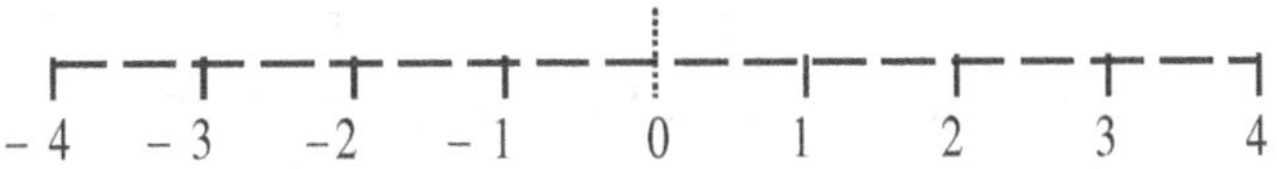

म्हणजे $-4 + (+4)$ यांची बेरीज शून्य आली. प्रत्येक अंकाला, तो अंक जर धन असेल तर ऋण आणि ऋण असेल तर धन चिन्ह धारण करणारा एक जोडीदार अंक असतो. त्या जोडीदाराबरोबर त्या त्या अंकाची बेरीज शून्य येईल.

आता खाली दिलेल्या अंकाचे जोडीदार अंक शोधा पाहू.

$-7, +9, -1, 0$?

(उत्तर -7 चा जोडीदार 7, $+9$ चा जोडीदार -9, -1 चा जोडीदार 1 आणि शुन्याचा जोडीदार शून्यच.)

1.1 (इ) अपूर्णांक आणि कल्य अंक (Rational Numbers)

आकडे मोजण्याबरोबरच संख्या विभागणीसुद्धा शक्य झाली. विभागणी करायची म्हणजे अपूर्णांक आले. अपूर्णांक म्हणजे a/b असे. यात a, b हे पूर्ण अंक आहेत $(b \neq 0)$. या सर्व अंकांना 'कल्य अंक' असे म्हणतात. कल्य म्हणजे दृश्य स्वरूपात, कळणारे, समजणारे किंवा आकलन होणारे अंक. इंग्रजीत याला 'रॅशनल नंबर्स' असे म्हणतात. पुणे विद्यापीठाने मान्य केलेल्या गणितशास्त्रीय परिभाषा कोषामध्ये गणितात वापरल्या जाणाऱ्या रूढ इंग्रजी शब्दांना मराठी प्रतिशब्द दिलेले आहेत; त्यात 'रॅशनल नंबर्स' करता 'कल्य' असा प्रतिशब्द वापरला आहे म्हणून आपणही तोच वापरू.

आकडे, अंक यांचा वापर सुरू झाल्यानंतर विभागणी देखील सुरू झाली. मोठे अंक विभागून छोटे होऊ शकतात, कधी कधी ते पूर्ण अंकात विभागले जाणार नाहीत; मग अपूर्णांक तयार होतील. मघाशी जसे आपण पाहिले की प्रत्येक धन अंकाला एक ऋण जोडीदार असतो; तसेच, प्रत्येक अपूर्णांकाला (शून्याव्यतिरिक्त) देखील एक जोडीदार असतो. हा जोडीदार दिलेल्या अपूर्णांकाच्या उलट असतो; म्हणजे दिलेल्या अपूर्णांकामध्ये जो छेद असेल तो जोडीदार अपूर्णांकात अंश बनतो आणि अंशाचा छेद बनतो. स्वाभाविकच अशा जोडीदाराशी केलेल्या गुणाकाराने उत्तर एक येते. पाहूयात, कसे ते –

$\frac{2}{3}$ चा जोडीदार $\frac{3}{2}$ $\therefore \frac{2}{3} \times \frac{3}{2} = 1$

अशाच आता $\frac{3}{7}, \frac{-3}{5}$ आणि $\frac{1}{2}$ च्या जोड्या शोधा.

आता आपण बीजगणिताकडे वळू; बीजगणित म्हणजे अंकांच्या ऐवजी अक्षरे

वापरायची आणि गणिती क्रिया करून त्यांच्या किमती किंवा मूल्ये काढायची. बीजगणित सुद्धा पण शाळेत 10 वी पर्यंत शिकलो आहोत. पुढे कदाचित सराव राहिला नसेल म्हणून जशी अंकगणिताची उजळणी केली तशीच बीजगणिताची उजळणी करायला हवी म्हणजे संकल्पना समजण्यास सोप्या जातील.

1.2 मूलभूत बीजगणित–बीजगणिताची काही सोपी उजळणी - चलांच्या किमती शोधणे

चल म्हणजे ज्याची किंमत बदलता येते असे अक्षर (variable). बीजगणितात अंकांच्या ऐवजी अक्षरे वापरतात असे आपणास माहीत आहेच. गणिती क्रिया करून या अक्षरांच्या किमती (मूल्ये) (values) काढल्या जातात त्याला चलाच्या किमती शोधणे असे म्हणतात. साधारणपणे a, b, c, d किंवा x, y, z किंवा अर्थशास्त्रात प्रामुख्याने वापरली जाणारी अक्षरे म्हणजे p, q, r इत्यादी ही सर्व चले होत.

उजळणीसाठी काही सोपी उदाहरणे

ही उजळणी पुढील संपूर्ण पुस्तकात ज्या गणितांचा अभ्यास करायचा आहे त्या करता उपयुक्त ठरणार आहे. ही उजळणी सोडवल्यास गणिताबद्दल आत्मविश्वास वाटेल व गणित आवडू लागेल. प्रथम आपली तयारी तपासून घेण्यासाठी 'स्व' अभ्यासापासून सुरुवात करू –

1.2 स्वअभ्यास 3

खालील छोट्या छोट्या प्रश्नांची उत्तरे द्या.

1.2.1 जर $a = 3, b = 1, c = 0$ आणि $d = 2$ असेल तर, खालील पदांचे मूल्य काढा.

1. a^2
2. b^2
3. $ab + d$
4. $a(b + d)$
5. $2c + 3d$
6. $2a^2$
7. $(2a)^2$
8. $4ab + 3bd$
9. $a + bc$
10. d^3

1.2.2 जर $x = 2, y = -3, u = 1, v = -2, w = 4$ आणि $z = -1$ असेल तर खालील पदांचे मूल्य काढा.

1. $3xy$
2. $5vy$
3. $2x + 3y + 2v$
4. v^2
5. $3z^2$
6. $w + vy$
7. $2x - 5vw$
8. $2y - 3v + 2z - w$
9. $2y^2$
10. z^3

1.2.3 सोपी मांडणी करा.

1. $3p - 2q + p + q$
2. $3p^2 + 2pq - q^2 - 7pq$
3. $5p - 7q - 2p - 3q + 3pq$

1.2.4 दिलेली पदे विस्ताराने मांडा.

1. $5(2g + 3h)$ 2. $g(3g - 2h)$
3. $3k^2 (2k - 5m + 2n)$ 4. $3k - (2m + 3n - 5k)$

1.2.5 अवयव पाडा.

1. $3x^2 + 2xy$ 2. $2pq + 6q^2$ 3. $5x^2y - 7xy^2$

आता आपली उत्तरे पडताळून पाहा.

(अ) (1) 9 (2) 1 (3) 5 (4) 9 (5) 6
(6) 18 (7) 36 (8) 18 (9) 3 (10) 8

(ब) (1) −18 (2) 30 (3) −9 (4) 4 (5) 3
(6) 10 (7) 44 (8) −6 (9) 18 (10) −1

(क) (1) $4p-q$ (2) $3p^2 - 5pq - q^2$
(3) $3p - 10q + 3pq$

(ड) (1) $10g + 15h$ (2) $3g^2 - 2gh$
(3) $6k^3 - 15k^2m + 6k^2n$ (4) $8k - 2m - 3n$

(ई) (1) $x (3x + 2y)$ (2) $2q (p + 3q)$
(3) $xy(5x - 7y)$

एका बरोबर उत्तराला 1 गुण याप्रमाणे 25 पेक्षा जर कमी गुण मिळाले असतील तर आलेली उत्तरे, वर दिलेल्या बरोबर उत्तरांशी पुन्हा तपासून पहा, तुमच्या चुका तुम्हालाच लक्षात येतील.

1.2 स्वअभ्यास 4

1.2.6 मनातला अंक ओळखण्याचा खेळ –

1. खालील खेळ स्वत:शीच खेळून पहा.
    1. 1 ते 10 मधील कोणताही अंक मनात धरा.
    2. त्यात 3 मिळवा.
    3. आलेल्या संख्येची दुप्पट करा.
    4. पहिला मनात धरलेला अंक त्यात मिळवा.
    5. आता आलेल्या संख्येला 3 ने भागा.

6. पहिला मनात धरलेला अंक त्यातून वजा करा.

7. तुमचे उत्तर 2 आहे.

कसे काय मिळाले हे उत्तर? तुम्ही मनात कोणता अंक धरला आहे हे माहीत नसताना देखील तुमचा शेवटचा उत्तराचा अंक बरोबर ओळखला. मनामध्ये x धरून सर्व क्रिया केल्या तर उत्तर पहा काय येते.

1. 1 ते 10 मधील कोणताही अंक मनात धरा. उदा. x

2. त्यात 3 मिळवा. x + 3

3. आलेल्या संख्येची दुप्पट करा. 2(x + 3) = 2x + 6

4. पहिला मनात धरलेला अंक त्यात मिळवा. x + 2x + 6 = 3x + 6

5. आता आलेल्या संख्येला 3 ने भागा. $\dfrac{3x + 6}{3}$ = x + 2

6. पहिला मनात धरलेला अंक त्यातून वजा करा. (x + 2) - x = 2

7. तुमचे उत्तर 2 आहे. (x काढून टाकला गेला.)

कोणताही माहीत नसलेला अंक (आकडा) हाताळण्यापेक्षा एखादे अक्षर घेऊन त्यावर निरनिराळ्या कृती करणे म्हणजे बीजगणित. गणिती क्रिया करण्यासाठी घेतलेला अंक ठराविक किमतीचा (अचल किंवा स्थिर) असतो, म्हणून अंकांऐवजी अक्षर (चल) वापरणे बऱ्याचदा सोपे जाते; अशी अक्षरे हाताळण्यासाठी बीजगणितातील काही मूलभूत नियम माहीत असणे आवश्यक आहे; त्यापैकी काही खाली दिले आहेत ते पाहू.

1.3 बीजगणितातील काही मूलभूत नियम

1. बेरीज करणे

a + b म्हणजे a संख्येमध्ये b संख्या मिळवणे.

- a + a + b + b + b = 2a + 3b. या ठिकाण दोनदा a ही संख्या घेतली आणि तीनदा b ही संख्या घेतली. a आणि b ची मूल्ये (किंमत) माहीत असतील तरच 2a + 3b चे उत्तर काढता येते; अन्यथा, 2a + 3b चे आणखी छोटे रूप करता येत नाही.

2. a + b आणि b + a हे दोन्ही अर्थाअर्थी सारखेच. म्हणजेच बेरीज करताना अक्षरांचा क्रम मागेपुढे झाला तरी चालतो; म्हणूनच 2a + 3b आणि 3b + 2a हे ही सारखेच!

3. गुणाकार करणे -

- ab म्हणजे a × b (दोन संख्यांचा गुणाकार - ही अक्षरे बऱ्याचदा आद्याक्षरांच्या चढत्या क्रमाने मांडली जाण्याचा प्रघात आहे.)

खालील विशेष गुणाकार लक्षात ठेवा.

> ● $a \times 1 = a$
> ● $a \times 0 = 0$
> ● 5ab म्हणजे $5 \times a \times b$

दोन संख्यांचा गुणाकार करताना जसे 5×3 आणि 3×5 सारखेच. तसे $a \times b$ आणि $b \times a$ सारखेच.

घातांक

जर एखाद्या संख्येला त्याच संख्येने गुणायचे असेल तर ते आपण एका छोट्या चिन्हाने (लघुचिन्हाने) दर्शवतो. उदा. $a \times a = a^2$

$a \times a \times a = a^3$

$a \times a \times a.... n$ (n वेळा a) $= a^n$

अक्षराच्या डोक्यावर लिहिलेले हे अंक म्हणजे घातांक. दिलेल्या संख्येला त्याच संख्येने कितीदा गुणायचे हे तो घातांक दर्शवतो. घातांक दर्शवण्याची ही पद्धत जेव्हा प्रथम वापरली गेली तेव्हा गणितात एक छोटीशी क्रांतीच झाली. पहा कसे ते –

समजा $a^2 \times a^3 = a \times a$ आणि $a \times a \times a$ यांचा **गुणाकार** म्हणजे

$a \times a \times a \times a \times a = a^5$

म्हणजे घातांकांची **बेरीज** झाली.

उदा. $2 \times 2 = 4$, $2 \times 2 \times 2 = 8$, $4 \times 8 = 32$, म्हणजे 2 चा 5 वा घात; म्हणजेच 2^5 याचा नियम बनवू –

$a^n \times a^m = a^{n+m}$

या ठिकाणी a म्हणजे काही एक विशिष्ट (शून्या व्यतिरिक्त) कोणतीही संख्या आहे आणि m आणि n या देखील शून्य नसलेल्या कोणत्याही संख्या आहेत. सध्या m आणि n ह्या धनसंख्या आहेत हे सोयीसाठी गृहीत धरू. नियम तपासण्यासाठी a म्हणजे a^1 असे मानावे लागेल. आता $a \times a^2 = a^{1+2} = a^3$

$a^1 \times a^2 = $

a म्हणजे जर 2 असेल,

तर $2^1 \times 2^2 = 2^{1+2} = 2^3 = 2 \times 2 \times 2 = 8$

एक लक्षात ठेवायला हवे की, एकाच संख्येच्या घातांकाबाबत आपण हा नियम लावू शकतो; म्हणजे जेव्हा दोन वेगळ्या संख्यांच्या घातांकाबाबत काही कृती करायची असेल तर अशी बेरीज होणार नाही. समजा a आणि b या दोन वेगळ्या संख्या आहेत तर $a^2 \times b^3$ याचे उत्तर मात्र a^2b^3 असेच येईल. उदा. $2^2 \times 2^3 = 2^5$, आणि $7^2 \times 7^3 = 7^5$ पण 2 आणि 7 यांच्या घातांकांचे एकत्रीकरण किंवा घातांकांची

बेरीज करता येणार नाही. लिहिताना $2^5 \times 7^5$ असेच लिहावे लागेल. आता खालील उदाहरण पहा. –

$$3a^2b \times 2ab^3 = 6a^3b^4$$

जेव्हा दोन वेगळी अक्षरे वापरलेली असतात, तेव्हा ती तशीच ठेऊन त्यांच्या संबंधी दिलेली कृती करावी लागते. वरील उदाहरणात 3 व 2 चा गुणाकार केला व a आणि b च्या घातांकांची बेरीज केली. (जिथे a आणि b चे घातांक लिहिलेले नाहीत; तिथे घातांक 1 आहे असे गृहीत धरावे.)

(घातांकाचे विशेष नियम पुढे दिले आहेत.)

संमिश्र क्रिया

$a + bc$ याचा अर्थ b आणि c च्या गुणाकारामध्ये a चे मूल्य मिळवणे. यामध्ये प्रथम गुणाकार करून घेऊन नंतर त्यात a मिळवायचा आहे. क्रियांचा हा क्रम ठरलेला आहे; त्यात जर काही पुढे – मागे केले तर उत्तर बदलते. उदाहरण पाहू.

समजा, $a = 2$, $b = c = 4$ तर $a + bc = 2 + 3 \times 4$,

म्हणजे $12 + 2 = 14$

हीच कृती काही वेगळी म्हणजे आधी a मध्ये b मिसळला आणि नंतर गुणाकार केला तर काय होईल ते पाहू.

कंस : $a + bc = 2 + 3 \times 4$. म्हणजे $5 \times 4 = 20$

अशावेळी पदांना कंस घालणे सोयीचे असते. कंस घातला की, पदे वेगळी होतात. म्हणजे (bc) असा कंस घातला तर b आणि c चा एकत्र गुणाकार करायचा आहे आणि नंतर त्यात a मिसळायचा आहे हे स्पष्ट होईल. कंस घालणे म्हणजे विखुरलेल्या शेळ्या-मेंढ्या कळपात बांधण्यासारखेच आहे. आता पुढील उदाहरण पहा. –

- $a(b + c) = ab + ac$. कंसातील प्रत्येक पदाला बाहेरील पदाने गुणले.
- $2x(x + y + 3xy) = 2x^2 + 2xy + 6x^2y$

कंसाबाहेरील संख्येने कंसातील प्रत्येक पदाला गुणायचे आणि मग दिलेली क्रिया करायची. याचाच दुसरा अर्थ असाही होतो की, दिलेल्या सर्व संख्यांमधून एखादी समान संख्या बाजूला काढायची आणि बाकी उरलेल्या सर्व संख्यांना कंस घालायचा. दिलेल्या एकूण संख्या लहान करणे, दिलेल्या पदांच्या दिलेल्या क्रिया सोप्या करण्यासाठी, चुका कमी होण्यासाठी कंसाचा उपयोग होतो.

कंस न घातल्यामुळे उत्तरे कशी बदलतात पहा.

समजा, $a = 2$, असताना $(3a)^2 = (6)^2 = 36$ आणि कंस न घालता पाहिले तर $3a^2 = 3 \times 2 \times 2 = 12$. म्हणून जी योग्य क्रिया करायची आहे ती बरोबर ठरण्यासाठी

कंस अत्यंत आवश्यक आहे.

कंस व संमिश्र क्रियांचा सराव करण्यासाठी खालील स्वअभ्यास सोडवा.

1.3 स्वअभ्यास 5

1.3.1 दिलेली पदे शक्य तितकी संक्षिप्त करा.

(a) $3a + 2b + 5a + 7c - b - 4c$

(b) $3ab + b + 5a + 2b + 2bd$

(c) $7p + 3pq - 2p + 2pq + 8q$

(d) $5x + 2y - 3x + xy + 3y + 2xy$

1.3.2 जर a = 2, y = 1 तर पुढील पदांची मूल्ये काढा.

(a) a^3 (b) $5a^2$ (c) $(5a)^2$

(d) b^2 (e) $2a^2 + 3b^2$

1.3.3 गुणाकार करा.

(a) $(2x)(3y)$ (b) $(3x^2)(5xy)$

(c) $3(2a + 3b)$ (d) $2a(3a + 5b)$

(e) $2p(3p^2 + 2pq + q^2)$ (f) $2x^2 (3x + 2xy + y^2)$

1.4 योग्य क्रमाने क्रिया करणे

जर अक्षरांऐवजी अंक वापरायचा असेल; तर गणिती क्रिया (बेरीज, वजाबाकी, भागाकार, गुणाकार) करताना त्यांचा क्रम व्यवस्थित पाळला पाहिजे. नेहमीच डावीकडून-उजवीकडे क्रिया करत जावे. तसेच आधी कंसाच्या आतील दिलेल्या क्रिया प्रथम सोडवाव्यात. नंतर पट किंवा घातांक सोडवावा, नंतर भागाकार, गुणाकार, बेरीज व त्यानंतर वजाबाकी करावी.

- नमुना उदाहरणे. –

1. जर a = 2, b = 3, c = 4, आणि d = 6 तर $3a (2d + bc) - 4c$ ची किंमत काढा.

   आधी कंस सोडवा. $2 \times 6 + 3 \times 4 = 12 + 12 = 24$

   आलेल्या उत्तराला 3a ने गुणा $3a = 6.$ $6 \times 24 = 144$

   4c ची किंमत काढा. $= 4 \times 4 = 16$

   नंतर वजाबाकी करा. $144 - 16 = 128$

2. जर x = 2, y = 3, z = 4 आणि w = 6 तर $x(2y^2 - z) + 3w^2$ ची किंमत काढा.

आधी कंस सोडवा. त्यासाठी y^2 चे मूल्य काढा.

आता कंसमूल्य 2 × 9 − 4 = 14

x ने गुणा. x = 2, 14 × 2 = 28

$$w^2 = 6^2 = 36$$
$$3w^2 = 108$$
$$28 + 108 = 136$$

1.4 स्वअभ्यास 6

1.4.1 जर a = 2, b = 3, c = 4, d = 5 आणि e = 0 तर खालील पदांचे मूल्य काढा.

(I) ab + cd   (II) ab^2e (III) ab^2d

(IV) $(abd)^2$ (V) a(b + cd)   (VI) $ab^2d + c^3$

(VII) ab + d - c   (VIII) a(b + d) - c

1.4.2 खालील गुणाकार सोडवा.

(I)   3x(2x + 3y) + 4y (x + 7y)

(II) $5p^2(2p + 3q) + q^2 (3p + 5q) + pq (p + 2q)$

1.4.3 a = 3, b = 4, c = 1, d = 5, e = 0 तर खालील पदांचे मूल्य काढा.

(a) a^2 (b) $3b^2$ (c) $(3b)^2$

(d) c^2 (e) ab + c   (f) bd − ac

(g) b(d − ac)   (h) $d^2 − b^2$ (i) (d − b) (d + b)

(j) $d^2 + b^2$ (k) (d + b) (d + b)   (l) $a^2b + c^2d$

(m) $5e(a^2 − 3b^2)$ (n) $a^b + d^a$

1.4.4 खालील गुणाकार सोडवा.

(I)   3a(2b + 3c) + 2a (b + 5c)

(II) $2xy (3x^2 + 2xy + y^2)$

(III) 5p (2p + 3q) + 2q (3p + q)

(IV) $2c^2 (3c + 2d) + 5d^2 (2c + d)$

1.5 ऋण संख्यांचे उपयोग

आतापर्यंत फक्त धन चिन्हे (+) वापरली. ऋण चिन्हे वापरली की, गणित अवघड होते. ऋण (वजा किंवा उणे) चिन्हाचा वापर करून अशी अवघड किंवा कठीण गणिते सोडवता आली पाहिजेत; म्हणून आता वजा किंवा उणे चिन्हांकित संख्यांचा वापर करून गणिते सोडवूया.

साधी संख्या किंवा साधा अंक लिहिताना कोणतेही चिन्ह वापरत नाहीत. जसे समजा 6. याचाच अर्थ ही संख्या +6 आहे हे समजले पाहिजे. परंतु, जेव्हा – 6 (उणे 6) लिहिले जाते, तेव्हा मात्र दिलेली संख्या + 6 नाही व त्यापेक्षा वेगळी आहे हे समजते; म्हणून जेव्हा धन स्वरूपात एखादा अंक किंवा संख्या लिहायची असेल तेव्हा त्या आधी धन चिन्ह (+) घालण्याची पद्धत नाही. (उदाहरणार्थ, आपण बोलताना 2 सफरचंदे आणली असे म्हणू परंतु +2 सफरचंदे आणली असे म्हणत नाही.) धन चिन्ह जसे वापरले नाही तरी चालते तसे उणे चिन्हाचे नाही. संख्या उणे असेल तर तसे चिन्ह संख्या लिहिण्याआधी वापरलेच पाहिजे.

पैशांचे उदाहरण घेऊन अधिक-उणे संकल्पना समजावून घेऊ. माझ्याजवळ रु. 10 आहेत याचा अर्थ माझ्याजवळ 10 रुपये आहेत, परंतु माझ्याजवळ रु. - 10 आहेत याचा अर्थ मी रु. 10 कोणाला तरी देणे (ऋण) आहे असा होतो.

अधिक, उणे चिन्हांना कंस घालून खालील उदाहरणे पाहू.

$(+2) + (+5) = (+7)$ साधी बेरीज

$(-3) + (-7) = (-10)$ दोन ऋणांची बेरीज

$(+4) + (-9) = (-5)$ अजून ऋण आहेच.

$(+3) - (-7) = (+10)$ ऋण संपले, धन चालू. (फायदा)

अशाच प्रकारे गुणाकार करून पाहू. गुणाकार म्हणजे तरी काय तर पुन्हा पुन्हा केलेली बेरीजच! (3×2 म्हणजे काय तर $2 + 2 + 2$ म्हणजे 2 ची 3 वेळा केलेली बेरीज.)

$(+2) \times (-3) = (-6)$ ऋण दुप्पट झाले.

$(-3) \times (+5) = (-15)$ 5, 5 चे 3 गठ्ठे वजा झाले, एकूण −15

$(-3) \times (-7) = (+21)$ 7 चे ऋण तीनदा कमी केले म्हणजे + 21

(ऋण चिन्हाने ऋण चिन्हाला गुणले की गुणाकार धन + येतो.)

यावरून एक साधा नियम समजतो –

दोन सारखी चिन्हे (मग ती धन असोत किंवा ऋण) धन चिन्ह (+) दर्शवतात, तर वेगवेगळी चिन्हे (एक धन एक ऋण) ऋण (उणे) दर्शवतात.

(1) $3a - 2(b - 2a) + 7b = 3a - 2b + 4a + 7b = 7a + 5b$

(2) $2p - (p + 2q - m)$

कंसाच्या बाहेर नुसतेच वजा चिन्ह आहे म्हणजे −1 मानावे. म्हणजे −1 ने जेव्हा कंसाच्या आतल्या पदांना गुणले जाईल तेव्हा आपोआप चिन्हे बदलतील. जसे,

$2p - p - 2q + m = p - 2q + m$ असे उत्तर आपणास मिळेल.

1.5 स्वअभ्यास 7

1.5.1 खालील गुणाकार सोडवा.

(1) $2x - (x - 2y) + 5y$

(2) $4 (3a - 2b) - 6 (2a - b)$

(3) $6 (2c + d) - 2 (3c - d) + 5$

(4) $6a - 2 (3a - 5b) - (a + 4b)$

(5) $3x (2x - 3y + 2z) - 4x (2x + 5y - 3z)$

(6) $2xy (3x - 4y) - 5xy (2x + y)$

(7) $2a^2 (3a - 2ab) - 5ab (2a^2 - 4ab)$

(8) $-3p - (p + q) + 2q (p - 3)$

1.6 अवयव पाडणे - 1 (कंस घालणे)

आधीच्या अभ्यासामध्ये आपण कंस सोडवायला शिकलो; आता त्याच्या अगदी उलट प्रकिया करायची आहे. उदा. $xy + xz = x(y + z)$. या उलट्या क्रियेला अवयव पाडणे असे म्हणतात आणि या ठिकाणी x हा अवयव आहे. अवयव याचा अर्थ पूर्णांक उत्तर मिळण्यासाठी त्या संख्येने दिलेल्या संख्येला गुणावे लागते. उदा. 2, 3, 4, 5, 6 हे 12 चे अवयव आहेत; जसे 2×6, 3×4 याप्रमाणे. प्रत्येक अवयव 12 चे पूर्णांकात भाग करतो; म्हणजे अवयवाने 12 ला भागल्यावर पूर्णांकातच उत्तर येते.

खालील उदाहरणे पहा –

1. $3a^2 + 2ab = a(3a + 2b)$
2. $3p^2q + 4pq^2 = pq(3p + 4q)$
3. $4a^2b^3 - 6a^3b^2 = 2a^2b^2(2b - 3a)$
4. $xy + x = x(y + 1)$ या ठिकाणी $x(y + 0)$ येणार नाही, कारण $x \times 1 = 1$ पण $x \times 0$ म्हणजे 0.

अवयव पाडणे म्हणजे गुणाकाराच्या अगदी विरुद्ध किंवा उलट करावी लागणारी क्रिया होय; आपण अवयव बरोबर पाडले आहेत की नाही याबाबत शंका असेल तर त्याचा ताळा करून पहाण्यासाठी त्यांचा गुणाकार करून पाहा आणि सुरुवातीच्या उदाहरणापाशी येतो की नाही ते पडताळून पाहा.

- नमुना उदाहरण पहा.

जर $3c^2 + 2cd + c$ चे अवयव पाडले तर खालील पैकी कोणते उत्तर बरोबर आहे?

1. $3c(c+2d+1)$ 2. $c(3c+2d)$
3. $c(3c+2d+1)$

गुणाकार करून पाहा.

1. $3c^2+6cd+3c$ 2. $3c^2+2cd$
3. $3c^2+2cd+1$

(3) हे उत्तर बरोबर आहे.

1.6 स्वअभ्यास 8

1.6.1 अवयव पाडा.

(1) $5a+10b$ (2) $3a^2+2ab$ (3) $3a^2-6ab$
(4) $5xy+8xz$ (5) $5xy-10xz$ (6) a^2b+3ab^2
(7) $4pq^2-6p^2q$ (8) $3x^2y^3+5x^3y^2$ (9) $4p^2q+2pq^2-6p^2q^2$
(10) $2a^2b^3+3a^3b^2-6a^2b^2$

1.6.2 गुणाकार करा.

(1) $(2x+3y)(x+5y)$ (2) $(3a-5b)(2a-b)$
(3) $(3x+2)^2$ (4) $(2y-5)^2$
(5) $(2p^2+3pq)(q^2-2pq)$

अवयव पाडा.

1.6.3 (1) $x^2+9x+14$ (2) $y^2+8y+12$
(3) $x^2+8x+16$ (4) $p^2+13p+22$

1.6.4 (1) $2x^2+7x+3$ (2) $3a^2+16a+5$
(3) $3b^2+10b+7$ (4) $5x^2+8x+3$

1.6.5 (1) x^2+x-2 (2) $2a^2+a-15$
(3) $2x^2+5x-12$ (4) p^2-q^2
(5) $6y^2-19y+10$ (6) $4x^2-81y^2$
(7) $6x^2-19x+10$ (8) $4x^2-12x+9$

खाली उत्तरे दिली आहेत त्याच्याशी उत्तरे पडताळून पाहा. प्रत्येक बरोबर उत्तराला एक याप्रमाणे जास्ती जास्त 30 गुण मिळतील. 25 किंवा त्यापेक्षा कमी गुण मिळाले तर पुढे दिलेल्या उदाहरणांचा अभ्यास करू.

उत्तरे

1.6.1 (1) $5(a+2b)$ (2) $a(3a+2b)$
(3) $3a(a-2b)$ (4) $x(5y+8z)$

(5) $5x(y - 2z)$ (6) $ab(a + 3b)$

(7) $2pq(2q - 3p)$ (8) $x^2y^2(3y + 5x)$

(9) $2pq(2p + q - 3pq)$ (10) $a^2b^2(2b + 3a - 6)$

1.6.2 (1) $2x^2 + 13xy + 15y^2$ (2) $6a^2 - 13ab + 5b^2$

(3) $9x^2 + 12x + 4$ (4) $4y^2 - 20y + 25$

(5) $3pq^3 - 4p^3q - 4p^2q^2$

1.6.3 (1) $(x + 2)(x + 7)$ (2) $(y + 2)(y + 6)$

(3) $(x + 4)^2$ (4) $(P + 2)(P + 11)$

1.6.4 (1) $(2x + 1)(x + 3)$ (2) $(3a + 1)(a + 5)$

(3) $(3b + 7)(b + 1)$ (4) $(5x + 3)(x + 1)$

1.6.5 (1) $(x + 2)(x - 1)$ (2) $(2a - 5)(a + 3)$

(3) $(2x - 3)(x + 4)$ (4) $(p - q)(p + q)$

(5) $(3y - 2)(2y - 5)$ (6) $(2x - 9y)(2x + 9y)$

(7) $(3x - 2)(2x - 5)$ (8) $(2x - 3)^2$

1.7 कंसातील पदांचा गुणाकार

दोन कंसांचा गुणाकार करताना पहिल्या कंसातील प्रत्येक पदाने दुसऱ्या कंसातील प्रत्येक पदाला गुणले पाहिजे. म्हणून,

$(a + b)(c + d) = ac + bd + ad + bc$ (हे कोणत्याही क्रमाने ठेवून पाहा, फरक पडणार नाही.)

$a = 1, b = 2, c = 3$ आणि $d = 4$

$(1 + 2)(3 + 4)   = 3 \times 7 = 21$

$ac + bd + ad + bc   = 3 + 4 + 6 + 8 = 21$

या संख्या देखील कोणत्याही क्रमाने मांडल्या तरी उत्तर 21 च येते.

खाली दिलेल्या आकृतीमध्ये या गुणाकाराची क्रिया कशी घडते ते दखवण्याचा प्रयत्न केला आहे.

	c	d
a	ac	ad
b	bc	bd

आता $(a + b)^2 = (a + b)\ (a + b) = a^2 + ab + ab + b^2 = a^2 + 2ab + b^2$

खालील आकृती पहा.

	a	b
a	a^2	ab
b	ab	b^2

वरील आकृतीत 2 सारख्याच आकाराचे आयत आणि दोन चौरस दिसत आहेत.

या आकृती वरून असे समजते की, $(a + b)^2 = a^2 + b^2$ नव्हे. (मधले 2ab विसरायचे नाहीत.)

याचप्रकारे आपण $(a - b)^2 = (a - b)\ (a - b) = a^2 - ab - ab + b^2 = a^2 - 2ab + b^2$ मिळवू शकतो.

दोन अधिक चिन्हांचा तसेच दोन वजा चिन्हांचा गुणाकार पाहिला. आता, $(a + b)\ (a - b)$ चा गुणाकार कसा होईल ते पाहू.

$(a + b)\ (a - b) = a^2 + ab - ab - b^2$

+ab –ab यांची बेरीज 0 येईल.

म्हणजे उत्तर फक्त $a^2 - b^2$ येईल. या उत्तरास दोन वर्गातला फरक असे म्हणता येईल.

अशा उदाहरणांचा खूप सराव केला पाहिजे कारण अवयव पाडण्याची क्रिया तसेच कंस घालण्याची क्रिया अनेक ठिकाणी वापरली जाते, ती बरोबर शोधून वापरता आली पाहिजे.

खाली दोन उदाहरणे दिली आहेत. ती पुन्हा कंसात घाला...

1. $x^2 - 9y^2$ 2. $49a^2 - 64b^2$

उत्तरे आहेत :

1. $(x + 3y)\ (x - 3y)$ 2. $(7a + 8b)\ (7a - 8b)$

आता याच पद्धतीने खालील उदाहरणे सोडवा –

(1) $x^2 - y^2$ (2) $4a^2 - 9b^2$

(3) $16p^2 - 9q^2$ (4) $16a^2 - 25b^2$

(5) $36p^2 - 100q^2$

त्याची उत्तरे खालीलप्रमाणे आहेत —

(1) $(x + y) (x - y)$

(2) $(2a + 3b) (2a - 3b)$

(3) $(4p + 3q) (4p - 3q)$

(4) $(4a + 5b) (4a - 5b)$

(5) $(6p + 10q) (6p - 10q)$

जरा कठीण उदाहरण घेऊ.

$(3x + xy) (xy + y^2) = 3x^2 + x2y^2 + 3xy^2 + xy^2$

मूळ कृती तीच. पहिल्या कंसातल्या प्रत्येक पदाने दुसऱ्या कंसातील प्रत्येक पदाला गुणायचे.

$x = 2, y = 3$ घेऊन पडताळा घ्यावा. उत्तर 180 आले पाहिजे.

1.7 स्वअभ्यास 10

1.7.1 $(x + 2) (x + 3)$

1.7.2 $(a + 3) (a - 4)$

1.7.3 $(x - 2) (x - 3)$

1.7.4 $(p + 3) (2p + 1)$

1.7.5 $(3x - 2) (3x + 2)$

1.7.6 $(2x - 3y) (x + 2y)$

1.7.7 $(3a - 2b) (2a - 5b)$

1.7.8 $(3x + 4y)^2$

1.7.9 $(3x - 4y)^2$

1.7.10 $(3x + 4y) (3x - 4y)$

1.7.11 $(2p^2 + 3pq) (5q + 3q)$

1.7.12 $(2ab - b^2) (a^2 - 3ab)$

1.7.13 $(a + b) (a^2 - ab + b^2)$

1.7.14 $(a - b) (a^2 + ab + b^2)$

1.7.15 खाली दिलेल्या कृती करा.

1. एक धनपूर्णांक संख्या घ्या व तिचा वर्ग करा.
2. मूळ घेतलेल्या संख्येमध्ये 1 मिळवा नंतर मूळ घेतलेल्या संख्येमधून 1 वजा करा.
3. बेरीज करून आलेली संख्या व वजाबाकी करून आलेली संख्या यांचा गुणाकार करा.
4. काय आढळते?
5. वेगवेगळ्या संख्या घेऊन असे पुन्हा पुन्हा करून पहा.
6. काय घडते आहे ते लक्षात घ्या.
7. तुमचा मूळ अंक कोणताही असेल तर असेच घडेल का?
8. तुमचा मूळ अंक म्हणजे n असेल तर काय घडेल?

1.8 अवयव पाडणे – 2 (कंस घालून पदे करणे)

गुणाकाराच्या उलट किंवा विरुद्ध प्रक्रिया म्हणजे अवयव पाडणे. गुणाकार करून कंस सोडवला जातो, तर अवयव पाडताना पुन्हा कंस घातला जातो. बऱ्याच वेळा एखादे किचकट समीकरण, असे अवयव पाडून, कंस घातल्यामुळे सोपे होऊन

जाते. आतापर्यंत दोन पदे असलेल्या समीकरणाचा विचार केला. आता तीन पदांच्या समीकरणाचा करू. समजा –

$x^2 + 7x + 12$ असे समीकरण असेल तर अवयव कसे पडतील? या समीकरणाचे दोन वेगवेगळ्या कंसात रूपांतर करता येईल का?

$x^2 + 7x + 12$ (*******) (*******) यामध्ये पहिल्या कंसात पहिल्या पदी x नक्की पाहिजे कारण समीकरणाचे पहिले पद x^2 आहे. मधल्या पदाचे चिन्ह धन (+) असल्याने कंसाच्या पहिल्या पदानंतरचे चिन्ह धनच (+) असले पाहिजे; समीकरणातील सर्वच चिन्हे धन आहेत त्यामुळे कंसातील चिन्हे देखील धन येतील हे स्वाभाविक आहे. आता ज्या दोन अंकांचा गुणाकार +12 आणि बेरीज + 7 आहे असे दोन अंक आपल्याला शोधायचे आहेत. 12 चे अवयव पाहिले तर 3 आणि 4 हे दोन अंक आपल्याला पाहिजे ते काम करतील. म्हणजे 3 × 4 = 12 आणि 3 + 4 = 7, त्यामुळे आपले दोन कंस पुढीलप्रमाणे तयार झाले.

$(x + 3) (x + 4)$

पडताळा घेण्यासाठी सोडवून पाहा.

$(x + 3) (x + 4) = x^2 + 7x + 12$

खालील उदाहरणांचे अवयव पाडा –

(1) $x^2 + 8x + 7$ (2) $p^2 + 6p + 5$ (3) $x^2 + 7x + 6$

(4) $x^2 + 5x + 6$ (5) $y^2 + 6y + 9$ (6) $x^2 + 6x + 8$

(7) $a^2 + 7a + 10$ (8) $x^2 + 9x + 20$ (9) $x^2 + 13x + 36$

आता थोडे आणखी पुढे जाऊ.

समजा, $2x^2 + 7x + 3$ हे समीकरण आहे. आता पहिल्या कंसातील पहिले पद 2x आणि दुसऱ्या कंसातील पहिले पद x असेल; कारण आपल्याला या दोन पदांचा गुणाकार $2x^2$ पाहिजे. शेवटचे पद 3 आहे, म्हणजे 3 × 1 मग आता दोन कंस मिळाले –

$(2x + 3) (x + 1)$ किंवा $(2x + 1) (x + 3)$

यांचा गुणाकार करून पाहू बरोबर येतो का?

$(2x + 3) (x + 1) = 2x^2 + 5x + 3$ नाही. हे उत्तर बरोबर नाही.

$(2x + 1) (x +3) = 2x^2 + 7x + 3$ हे उत्तर बरोबर आहे.

1.8 स्वअभ्यास 11

1.8.1 खालील उदाहरणे सोडवा. अवयव पाडा.

(1) $3x^2 + 8x + 5$ (2) $2y^2 + 15y + 7$

(3) $3a^2 + 11a + 6$ (4) $2x^2 + 19x + 6$

(5) $5p^2 + 23p + 12$ (6) $5x^2 + 16x + 12$

उणे किंवा वजा चिन्हांच्या बाबतीत वरील प्रणालीच (क्रियांचा क्रम) वापरावी; खालील उदाहरण पहा.

$x^2 - 10x + 16$ इथे आता ज्या दोन अंकांचा गुणाकार $+16$ आणि बेरीज -10 आहे, असे अंक शोधावे लागतील. दोन्ही कंसातील मधले चिन्ह नक्कीच उणे असले पाहिजे कारण दिलेल्या समीकरणाचे शेवटचे पद धन आणि मधले पद उणे आहे. -2 आणि -8 हे दोन अंक मिळतात; आता दोन कंस पुढीलप्रमाणे तयार होतील –

$x^2 - 10x + 16 = (x - 2)(x - 8) = (x - 8)(x - 2)$

आता पुढील समीकरण पहा.

$x^2 - 3x - 10$

आता ज्या दोन अंकांचा गुणाकार -10 आणि बेरीज -3 आहे, असे अंक शोधावे लागतील. शेवटच्या पदाचे चिन्ह वजा आहे म्हणजे आपल्या दोन कंसातील एक तरी चिन्ह उणे पाहिजे. -5 आणि $+2$ हे आपणास हवे असलेले दोन अंक आहेत.

$x^2 - 3x - 10 = (x - 5)(x + 2) = (x + 2)(x - 5)$

अवयव पाडताना कंसांचा क्रम कसाही असला तरी चालतो.

1.8 स्वअभ्यास 12

1.8.2 खालील उदाहरणे सोडवा. अवयव पाडा –

(1) $x^2 - 11x + 24$ (2) $y^2 - 9y + 18$ (3) $x^2 - 11x + 18$

(4) $p^2 + 5p - 24$ (5) $x^2 + 4x - 12$ (6) $2q^2 - 5q - 3$

(7) $3x^2 - 10x - 8$ (8) $2a^2 - 3a - 5$ (9) $2x^2 - 5x - 12$

(10) $3b^2 - 20b + 12$ (11) $9x^2 - 25y^2$ (12) $6x^4 - 81y^2$

1.9 अपूर्णांकांचे उपयोग

बीजगणितात अपूर्णांक म्हटले की, विद्यार्थ्यांना भीती वाटते; पण अपूर्णांक सोडवण्यास शिकणे हे खूप महत्त्वाचे आहे. अपूर्णांक आला की, गणित अवघड झाल्यासारखे वाटते आणि जोपर्यंत आपण ते सोडवत नाही तोपर्यंत गणित खूप लांबलचक आणि किचकट बनते आणि याच वेळी चुका होण्याची शक्यता वाढते. या भागात चुका न करता अपूर्णांक सोडवायला शिकणार आहोत. प्रथम अंकगणितातला अपूर्णांक सोडवू आणि त्या आधारे अक्षरांचा वापर करून बीजगणितातला अपूर्णांक

शिकू; जर तुम्ही कॅलक्युलेटर वापरत असाल तर अपूर्णांक सोडवण्याची नेमकी प्रणाली किंवा कृती तुम्ही एव्हाना विसरून गेला असाल; आपण काही आकृत्यांच्या आधारे, अपूर्णांक म्हणजे काय ते समजावून घेऊ.

1.9.1 अपूर्णांकांची समानता आणि सूक्ष्म (लघु) रूप देणे

$\frac{a}{b}$ म्हणजे a भागिले b

a हा अंश तर b हा छेद आहे.

गुणाकारात ज्याप्रमाणे a × b आणि b × a सारखेच असतात तसे इथे नाही. अंश आणि छेदात अदलाबदल करून चालत नाही. वजाबाकीमध्ये देखील पदांची अदलाबदल करून चालत नाही. उदाहरणार्थ, a – b चे उत्तर आणि b – a चे उत्तर यात फरक पडतो. बेरजेमध्ये पदांची अदलाबदल चालते. a + b आणि b + a सारखेच. आता हे पहा.

1. $2 \times 3 = 3 \times 2$, $2 + 3 = 3 + 2$ पण $3 - 2 \neq 2 - 3$ आणि

   $\frac{2}{3} \neq \frac{3}{2}$ (≠ या चिन्हाचा अर्थ इज नॉट इक्वल टू म्हणजेच असमान = या चिन्हाचा अर्थ इज इक्वल टू म्हणजे समान)

2. $\frac{a+b}{c} = \frac{a}{c} + \frac{b}{c}$ उदाहरणार्थ, $\frac{2+3}{7} = \frac{2}{7} + \frac{3}{7} = \frac{5}{7}$

या उदाहरणात, a + b या बेरजेला c ने भागले आहे, त्यामुळे $\frac{a}{c} + \frac{b}{c}$ सारखेच. अंश व छेदामधील रेषा कंसाचे काम करते. $\frac{a+b}{c}$ पेक्षा $\frac{(a+b)}{c}$ असे कंस घालून लिहिणे चांगले. (यातही एक बाब लक्षात ठेवायला हवी ती म्हणजे $\frac{c}{a+b} \neq \frac{c}{a} + \frac{c}{b}$. c ला a आणि b च्या बेरजेनेच भागले पाहिजे.) $\frac{(a+b)}{c}$ मध्ये आपण a आणि b च्या बेरजेला c ने भागतो. c ने भागणे याचा अर्थ $\frac{1}{c}$ ने गुणणे.

करून पाहूया –

समजा, a = 4, b = 2 आणि c = 3, तर

$$\frac{a+b}{c} = \frac{1}{c}(a+b) = \frac{1}{3}(4+2) = 2$$

तसेच, a = 6, b = 4 आणि c = 2

$$\frac{6+4}{2} = \frac{1}{2}(6+4) = 5$$

उत्तर 5 आले. $\frac{10}{2}$ करून देखील उत्तर 5 च आले असते.

अपूर्णांकामध्ये जर अंश आणि छेदाला एकाच संख्येने भागले किंवा गुणले तर अपूर्णांकाची किंमत (मूल्य) बदलत नाही. खालील आकृत्यांवरून हे सहज लक्षात येईल.

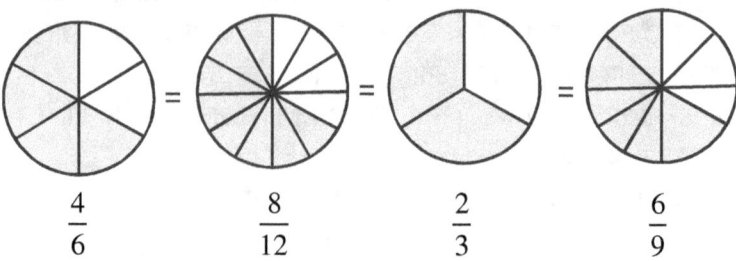

$$\frac{4}{6} \qquad \frac{8}{12} \qquad \frac{2}{3} \qquad \frac{6}{9}$$

दिलेल्या वर्तुळांमध्ये अपूर्णांक समान आहेत. अंश व छेदाला समान अंकाने गुणून किंवा भागून अपूर्णांक बदलत नाही. जसे समजा $\frac{a}{b}$ या अपूर्णांकाच्या अंश व छेदाला a ने गुणले तर $\frac{a \times b}{a \times c} = \frac{a \times b}{a \times c} = \frac{b}{c}$ म्हणजे अपूर्णांक बदलत नाही; म्हणून अपूर्णांकाची किंमत बदलायची नसेल तर अंश व छेद दोन्हींवर एकच क्रिया सारखीच केली पाहिजे.

आता $\frac{b}{c}$ या अपूर्णांकाला a ने गुणले तर $a \frac{b}{c} = \frac{a \times b}{c}$ असा अर्थ होतो; म्हणजे जसे $4\frac{2}{3} = \frac{4 \times 2}{3} = \frac{8}{3}$ असे उत्तर मिळते; म्हणजे दोन तृतीयांश चार वेळा घेतले की आठ तृतीयांश होतात.

a, b, c ऐवजी कोणतीही संख्या घेऊन वरील उदाहरणे खेळ म्हणून सोडवून पाहा. मात्र, शून्याने भागायचा प्रयत्न करून नका, ते शक्य नाही.

कॅलक्युलेटरवर 4 ला अगदी सूक्ष्म म्हणजे 0.00001 ने भागून पहा. छेद आणखी लहान लहान करत ही क्रिया आणखी पुन्हा पुन्हा करा. उत्तर मोठे मोठे होत

जाईल. म्हणजे अंशाचे जितके छोटे छोटे भाग कराल तेवढे जास्त जास्त भाग होतील; असे करत उत्तर कितीही मोठे करता येईल. मात्र, शून्याने भागाल तर उत्तर error असे दिसेल; प्रत्यक्षात उत्तर अगणित (∞) असे असेल.

1.10 स्वअभ्यास 13

1.10.1 पुढील उदाहरणांमधील अपूर्णांकाना सूक्ष्म रूप द्या.

(1) $\frac{9}{12}$ (2) $\frac{6}{30}$ (3) $\frac{25}{95}$ (4) $\frac{24}{64}$

(5) $\frac{5x}{8x}$ (6) $\frac{ab}{ac}$ (7) $\frac{3y^2}{2y}$ (8) $\frac{8pq}{2q}$

(9) $\frac{4a^2}{2ab}$ (10) $\frac{3x^2y^3}{2xy^4}$ (11) $\frac{6p^2q}{5pq^2}$ (12) $\frac{5ab}{b^3}$

1.11 अवघड अपूर्णांकांची नीट मांडणी

अपूर्णांक सोडवण्यासाठी त्याचे अवयव पाडणे हे महत्त्वाचे असते. खाली काही उदाहरणे दिली आहेत, त्यावरून काही अपूर्णांक सोडवून दाखवले आहेत. ज्यात काही करता येणार नाही अशी उदाहरणे देखील घेतलेली आहेत.

1. $\frac{xy+xz}{xw}=\frac{x(y+z)}{xw}=\frac{y+z}{w}$

   x ने अंश व छेदाला भागणे

2. $\frac{ab+ac}{b+c}=\frac{a(b+c)}{b+c}=a$

   (b + c) ने अंश व छेदाला भागणे.

3. $\frac{ab+c}{b+c}$ हे मात्र सोडवता येणार नाही. इथे, (b + c) ने भागता येणार नाही; कारण अंशामध्ये a ने फक्त b ला गुणले आहे.

4. $\frac{x+xy}{x^2}=\frac{x(1+y)}{x^2}=\frac{1+y}{x}$

   अंश व छेदाला x ने भागले.

5. $$\frac{x^2 + 5x + 6}{x^2 - 3x - 10} = \frac{(x+3)(x+2)}{(x-5)(x+2)} = \frac{x+3}{x-5}$$

अंश व छेदाला $(x + 2)$ ने भागले.

6. $$\frac{x^2(x^2 + xy)}{x} = x(x^2 + xy)$$

अंश व छेदाला x ने भागले.

आता हे पहा.

$\dfrac{x(x^2 + xy)}{x}$ याचे उत्तर $x + y$ असे येणार नाही; कारण छेदातील x ने वरील दोन पदांपैकी एकेका x ला छेद देता येईल परंतु, एकाच पदातील दोन x काटता येणार नाहीत. एखादे अंकीय उदाहरण घेऊन पाहू. समजा, $\dfrac{4 \times 6}{2}$ असे उदाहरण दिलेले आहे.

आता, इथे $\dfrac{1}{2}$ (4) (6) = $\dfrac{1}{2}$ (2) (3) असे करता येणार नाही; तर 4 आणि 6 मधील एकालाच 2 ने भाग जाईल 4 आणि 6 दोघांनाही भागता येणार नाही.

आता हे गणित पहा.

7. $$\frac{xy + z}{xw} \neq \frac{y + z}{w}$$

फक्त अंशातील एकाच पदात सहभाग असल्याने या ठिकाणी x काटला जाऊ शकत नाही. x, y आणि z च्या किमती गृहीत धरा आणि गणित करून पहा. समजा, $x = 2$, $y = 3$, $z = 4$, $= w = 5$ तर,

$$\frac{xy + z}{xw} = \frac{10}{10} = 1, \quad \frac{y + z}{w} = \frac{7}{5}$$

याठिकाणी x ची किंमत आपण 1 घेतली असती तर फरक लक्षात आला नसता; कारण 1 ने गुणणे म्हणजे आहे तशीच संख्या ठेवणे असा अर्थ होतो.

1.11 स्वअभ्यास 14

आता खालील उदाहरणे सोडवून पहा.

1.11.1 खालील पैकी कोणते अपूर्णांक समान आहेत?

(a) $\frac{2}{3}, \frac{4}{9}, \frac{12}{18}, \frac{10}{15}, \frac{2}{6}, \frac{6}{9}$

(b) $\frac{ax}{bx}, \frac{a}{b}, \frac{a(c+d)}{b(c+d)}, \frac{a^2x}{abx}$

(c) $\frac{ab+ac}{ad}, \frac{ab+c}{ad}, \frac{b+c}{d}$

(d) $\frac{x}{x+y}, \frac{xz}{xz+yz}, \frac{xp}{x+yp}$

1.11.2 खालील शक्य तितक्या अपूर्णांकाना सूक्ष्म रूप द्या.

(a) $\frac{2x+6y}{6x-8y}$

(b) $\frac{6a-9b}{4a-6b}$

(c) $\frac{px-pq}{p^2-px}$

(d) $\frac{3x+2y}{6x}$

(e) $\frac{2xy+5xz}{6x}$

(f) $\frac{4xz+6yz}{2x+3y}$

(g) $\frac{2p-3q}{2p+3q}$

(h) $\frac{x^2-y^2}{(x+y)^2}$

(i) $\frac{x^2+5x+6}{x^2+x-2}$

1.12 अंकगणित व बीजगणितातील अपूर्णांकांची बेरीज

अपूर्णांकामध्ये दोन अपूर्णांकांची बेरीज करताना छेदस्थानी समान अंक असतो, तेव्हा बेरीज सरळ व सोपी असते. समजा,

$$\frac{2}{7}+\frac{3}{7}=\frac{5}{7}$$

आकृती पहा –

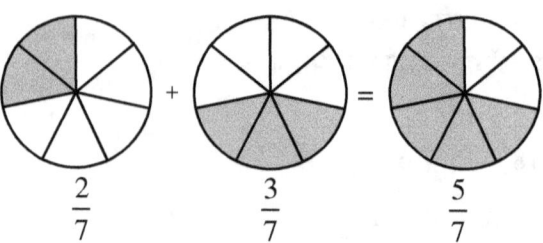

$$\frac{2}{7} \qquad \frac{3}{7} \qquad \frac{5}{7}$$

परंतु, समजा छेद समान नसतील तर दोन अपूर्णांकांची बेरीज करताना आधी ते समान करून घ्यावे लागतील. उदाहरणार्थ, $\frac{2}{3}+\frac{3}{4}$ यांची बेरीज करण्यासाठी त्यांचे छेद समान करून घ्यावे लागतील त्याकरता 3 व 4 चा लसावि काढू. तो आला 12. आता छेद 12 आहे म्हणून प्रत्येकाचा अंश त्याप्रमाणात बदलायला हवा; म्हणून अंशस्थानी 2 आहेत तेथे 4 ने गुणावे व अंशस्थानी 3 आहेत तेथे 3 ने गुणावे. $\frac{8}{12}+\frac{9}{12}=\frac{17}{12}=1\frac{5}{12}$ असे देखील आपण मांडू शकतो.

आता अंश आणि छेदाची बेरीज करताना होणाऱ्या चुकांचा धोका बऱ्याच अंशी टळला असे म्हणायला हरकत नाही ना?

असे करू नका....

$$\boxed{\frac{1}{6}+\frac{3}{4} \neq \frac{1+3}{6+4}=\frac{4}{10}} \text{ हे चूक आहे.}$$

हे कसे चूक ठरते ते खालील आकृतीच्या आधारे पाहू.

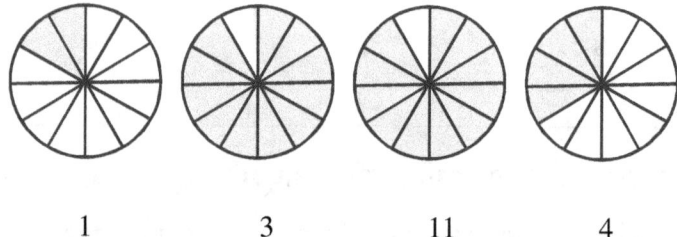

$$\frac{1}{6} \qquad + \qquad \frac{3}{4} \qquad = \qquad \frac{11}{12} \qquad \neq \qquad \frac{4}{10}$$

बीजगणितातील अपूर्णांकाच्या बेरजेकडे जाण्यापूर्वी, अंकगणितातील अपूर्णांक सोडवण्याचा प्रयत्न करू. खाली दिलेली 3 उदाहरणे पहा.

(1) $\dfrac{3}{4}+\dfrac{2}{7}$ (2) $\dfrac{2}{3}+\dfrac{4}{5}$ (3) $\dfrac{1}{2}+\dfrac{2}{3}+\dfrac{4}{5}$

आता बीजगणितातील अपूर्णांकाच्या बेरजेकरता याच उदाहरणात अक्षरे घाला आणि पहा.

$$\frac{a}{b}+\frac{c}{d}=\frac{ad}{bd}+\frac{bc}{bd}=\frac{ad+bc}{bd}$$

या ठिकाणी a, b, c आणि d ही अक्षरे म्हणजे कोणतीही (b आणि d ची किंमत शक्यतो शून्य नसावी.) किंमत किंवा मूल्य धारण करू शकणारी चले आहेत. (variables) आपण असेही म्हणू शकतो,

$$\frac{A}{B}+\frac{C}{D}=\frac{AD}{BD}+\frac{BC}{BD}=\frac{AD+BC}{BD}$$

या ठिकाणी, A, B, C आणि D म्हणजे एक पूर्ण पद आहे, म्हणजेच समजा,

$$\frac{x+2y}{x-y}+\frac{3x+2y}{x+3y}$$

या ठिकाणी, A = x + 2y, B = x – y, C = 3x + 2y आणि D = x + 3y

$$\frac{(x+2y)(x+3y)}{(x-y)(x+3y)}+\frac{(3x+2y)(x-y)}{(x+3y)(x-y)}$$

$$=\frac{(x+2y)(x+3y)+(3x+2y)(x-y)}{(x-y)(x+3y)}$$

$$=\frac{x^2+5xy+6y^2+3x^2-xy-2y^2}{(x-y)(x+3y)}$$

$$=\frac{4x^2+4xy+4y^2}{(x-y)(x+3y)}=\frac{4(x^2+xy+y^2)}{(x-y)(x+3y)}$$

छेदस्थानी असलेले कंस सोडवू नका कारण बऱ्याचदा अंश स्थानातील काही अवयवांमुळे ते आपण काटू शकता आणि आपले अपूर्णांक सोडवत बसण्याचे कष्टही वाचतात.

आता हे सोडवा...

$$\frac{3x-2}{x+3}+\frac{2x-3}{x+1}$$

वरील गणित अशाप्रकारे सोडवायचे आहे...

$$\frac{(3x-2)(x+1)}{(x+3)(x+1)}+\frac{(2x-3)(x+3)}{(x+1)(x+3)}$$

$$=\frac{(3x-2)(x+1)+(2x-3)(x+3)}{(x+3)(x+1)}$$

$$=\frac{3x^2+x-2+2x^2+3x-9}{(x+3)(x+1)}$$

$$=\frac{5x^2+4x-11}{(x+3)(x+1)}$$

1.13 अपूर्णांकांच्या बेरजेतील पुनरावर्ती छेद

अपूर्णांकाची बेरीज करताना जर छेदस्थानी पुनरावर्ती अंक आला तर बेरीज आणखी सोपी होते, म्हणजे कसे ते पहा. $\frac{3}{4}+\frac{5}{6}$ यामध्ये 2 हा पुनरावर्ती छेद आहे; पुनरावर्ती छेद म्हणजे छेदस्थानी पुन्हा पुन्हा आलेला अंक. आता आपण हे उदाहरण कसे सोडवले असते?

$\frac{3}{4}+\frac{5}{6}=\frac{18}{24}+\frac{20}{24}=\frac{38}{24}=\frac{19}{12}$ आपण 6 × 4 करून 24 हा सामाईक विभाजक काढला असता आणि अपूर्णांकांची बेरीज केली असती; परंतु, हे उदाहरण आपण असेही सोडवू शकतो. −

$$\frac{3}{4}+\frac{5}{6}=\frac{9}{12}+\frac{10}{12}=\frac{19}{12}$$

12 हा अंक 4 आणि 6 च्या पाढ्यात येणारा सगळ्यात छोटा अंक आहे; म्हणून त्याला लघुत्तम साधारण विभाज्य (ल.सा.वि.) म्हणतात.

हेच आता बीजगणितात कसे केले जाते ते पाहू.

1. $\dfrac{2}{x(x+3)}+\dfrac{3}{x(2x-1)}$

या ठिकाणी x हा चल पुनरावर्ती आहे, तो समान ठेवायचा आणि

$$\frac{2}{x(x+3)} = \frac{2(2x-1)}{x(x+3)(2x-1)}$$

$$\frac{3}{x(2x-1)} = \frac{3(x+3)}{x(2x-1)(x+3)}$$

म्हणून,

$$\frac{2}{x(x+3)} + \frac{3}{x(2x-1)} = \frac{2(2x-1)+3(x+3)}{x(x+3)(2x-1)}$$

$$= \frac{7x+7}{x(2x-1)(x+3)}$$

$$= \frac{7(x+1)}{x(2x-1)(x+3)}$$

या ठिकाणी x च्या जागी कोणताही अंक गृहीत धरून आपण हेच गणित सोडवू शकतो.

लक्षात ठेवा,

x ची तीन मूल्ये निवडू नका.

(1) $x = 0$, (2) $x = -3$ (3) $x = \frac{1}{2}$

या तीनही मूल्यांनी भागणे म्हणजे शून्याने भागल्यासारखे आहे आणि ते शक्य नाही, हे अगोदरच पाहिले आहे.

आता हे उदाहरण पहा –

बाकी अगदी कोणतेही मूल्य घ्या. गणित अधिक लांब व किचकट करायचे असेल तर छेदस्थानी पुनरावर्ती म्हणून x (x + 3) × (2x + 1) किंवा x^2 (x + 3) (2x + 1) असेही घ्या.

$$\frac{2x}{y(3x-2y)} + \frac{3y}{4x(3x-2y)}$$

या ठिकाणी (3x – 2y) हा पुनरावर्ती छेद आला आहे; म्हणून आपले समीकरण–

$$\frac{(2x)(4x)}{y(3x-2y)(4x)} + \frac{3y(y)}{4x(3x-2y)(y)} = \frac{8x^2+3y^2}{4xy(3x-2y)}$$

असे होईल. x = 4, y = 2 आणि z = 5 अशा किमती घेऊन हे उदाहरण सोडवून पहा.

हे उदाहरण असे सोडवले जाईल,

$$\frac{8}{2(8)} + \frac{6}{16(8)} \quad = \frac{8(16)+6(2)}{32(8)} = \frac{128+12}{256} = \frac{140}{256} = \frac{35}{64}$$

$$= \frac{8(16)+3(4)}{32(8)} = \frac{128+12}{256} = \frac{140}{256} = \frac{35}{64}$$

आता स्वअभ्यासासाठी

1.13 स्वअभ्यास 15

1.13.1 $\dfrac{2}{9} + \dfrac{7}{15}$ 1.13.2 $\dfrac{5}{6} + \dfrac{3}{8}$

1.13.3 $\dfrac{1}{3} + \dfrac{3}{4} + \dfrac{5}{6}$ 1.13.4 $\dfrac{3x}{y(2x-y)} + \dfrac{5y}{x(2x-y)}$

1.13.5 $\dfrac{2}{x(3x+1)} + \dfrac{5}{x(2x-1)}$ 1.13.6 $\dfrac{4}{x^2-y^2} + \dfrac{3}{(x+y)^2}$

1.14 अपूर्णांकांची वजाबाकी

अपूर्णांकांची जशी बेरीज करतो तशीच वजाबाकी करायची. छेद समान असतील तर फारच सोपे जाईल, नसतील तर लसावि काढून छेद समान करून घ्यावे लागतील. छेद समान करताना ज्या अंकाने आपण छेदाला गुणणार आहोत त्याच अंकाने अंशाला गुणायला विसरायचे नाही. उदाहरणार्थ,

$$\frac{2}{3} - \frac{5}{8} = \frac{2\times8}{3\times8} - \frac{5\times3}{8\times3} = \frac{16}{24} - \frac{15}{24} = \frac{1}{24}$$

हेच आता बीजगणितानुसार अक्षरांमध्ये करू.

$$\frac{a}{b} - \frac{c}{d} = \frac{ad}{bd} - \frac{cb}{db} = \frac{ad-cb}{bd}$$

या ठिकाणी a, b, c आणि d ही अक्षरे म्हणजे 2, 3, 5 आणि 8 आहेत असे गृहीत धरा; आपण असेही म्हणू शकतो,

$$\frac{A}{B} - \frac{C}{D} = \frac{AD - BC}{BD}$$

मागे दिलेल्या उदाहरणाप्रमाणेच या ठिकाणी A, B, C आणि D म्हणजे एक पूर्ण पद आहे, असे समजा.

वजाबाकी करताना घ्यायची काळजी —

आपण पाहिले की, बेरीज करताना पदे मागपुढे झाली तरी काही फरक पडत नाही, पण वजाबाकीत मात्र तो पडतो. अपूर्णांकामध्ये अंश आणि छेद वेगळे दर्शवणारी जी रेषा आहे, ती कंसासारखे काम करते, त्यामुळे विशेष काळजी घ्यावी लागते. उदा; समजा –

$$\frac{4x - 3}{2} - \frac{2x + 1}{3}$$

या पदांमध्ये असलेले वजा चिन्ह संपूर्ण उजव्या पदांवर परिणाम करते, त्यामुळे कंस घालून गणित पुन्हा लिहावे हे उत्तम ! मग छेद सारखा करून घ्यावा.

$$\frac{(4x-3)}{2} - \frac{(2x+1)}{3} = \frac{3(4x-3)}{3 \times 2} - \frac{2(2x+1)}{2 \times 3}$$

$$= \frac{3(4x-3) - 2(2x+1)}{6}$$

$$= \frac{12x - 9 - 4x - 2}{6}$$

$$= \frac{8x - 11}{6}$$

पदांना कंसात घालायची सवय लावून घ्या.

1.14 स्वअभ्यास 16

आता ही उदाहरणे स्व-अभ्यास म्हणून सोडवा.

1.14.1 $\dfrac{3x - 5}{10} + \dfrac{2x - 5}{15}$

1.14.2 $\dfrac{3a+5b}{4} - \dfrac{a-3b}{2}$

1.14.3 $\dfrac{3m-5n}{6} - \dfrac{3m-7n}{2}$

1.14.4 $\dfrac{2b}{a(2a+b)} + \dfrac{3a}{b(2a+b)}$

1.14.5 $\dfrac{2a}{(a+b)(3a+b)} + \dfrac{3b}{(a-b)(3a+b)}$

1.14.6 $\dfrac{5}{x^2-y^2} - \dfrac{2}{x(x+y)}$

1.15 अपूर्णांकांचा गुणाकार

हा अगदीच सोपा आणि सरळ प्रकार आहे. बेरजेपेक्षाही सोपा; आपण हे उदाहरण पाहू –

$$\dfrac{a}{b} \times \dfrac{c}{d} = \dfrac{ac}{bd}$$

अंशांचा सरळ गुणाकार करायचा आणि छेदांचाही सरळ गुणाकार करायचा. एक अंकगणिती उदाहरण घेऊ.

$$\dfrac{2}{3} \times \dfrac{3}{4} = \dfrac{6}{12} = \dfrac{1}{2}$$

जर आपण पाऊणाच्या दोन तृतीयांश घेतले तर आपण अर्धा भाग घेतला आहे असा अर्थ होतो. कसा ते आकृतीत पहा.

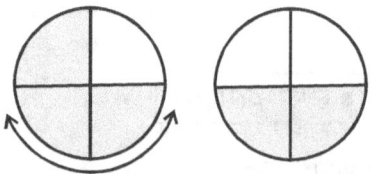

आता मागे केले त्या प्रमाणेच A, B, C आणि D करता आपण पूर्ण पद गृहीत धरले, तर काही पदे काटली जातील, पहा कसे ते –

$$\frac{x(b+c)}{y^2} \times \frac{y}{x^2(b+c)} = \frac{xy(b+c)}{x^2y^2(b+c)} = \frac{1}{xy}$$

xy (b + c) ने अंश व छेदाला भागा. गुणाकारातील पदे अशी काटली जाऊ शकतात. बेरजेतील किंवा वजाबाकीतील पदे अशी काटली जाणार नाहीत हे लक्षात ठेवा. पुढील पायरीवर जाण्यापूर्वी अशी पदांची काटछाट करून पदे लहान केली जाऊ शकतात; याने गणित छोटे व आवाक्यातील होते.

$$\frac{\cancel{x}\,\cancel{(b+c)}}{y^{\cancel{2}}} \times \frac{\cancel{y}}{x^{\cancel{2}}\,\cancel{(b+c)}} = \frac{1}{xy}$$

अक्षरांवर तिरपी रेष मारून काट दाखवतात.

1.16 अपूर्णांकांचा भागाकार

अपूर्णांकांचा भागाकार म्हणजे ज्या अपूर्णांकाने भागायचे त्याच्या अंश व छेदाची अदलाबदल करून गुणायचे.

$$\frac{a}{b} \div \frac{c}{d} = \frac{a}{b} \times \frac{d}{c} = \frac{ad}{bc}$$

अंकगणिती उदाहरण घेऊन पाहा. दीड भागिले अर्धा करून पाहू.

$$\frac{3}{2} \div \frac{1}{2} = \frac{3}{2} \times \frac{2}{1} = 3$$

याचा अर्थ दीड म्हणजे 3 अर्धे असा होतो.

1.16 स्वअभ्यास 17

ही उदाहरणे स्वअभ्यास म्हणून सोडवून पाहा.

1.16.1 $\dfrac{2}{x(2x-3y)} - \dfrac{3}{2x(x+4y)}$

1.16.2 $\dfrac{2x-1}{3} - \dfrac{x-7}{5}$

1.16.3 (a) $\frac{3a^2}{2b}\times\frac{ab}{6c}$ (b) $\frac{2a}{3b}\div\frac{b^2}{9a^2}$ (c) $\frac{3x}{y^2z}\div\frac{2x^2}{5yz^2}$

1.16.4 (a) $\frac{3x^2(2x+3y)}{2y(x-y)}\times\frac{y^2(x-y)}{(x+3y)}$

(b) $\frac{5pq(p+q)}{3q+2q}\times\frac{(3p+2q)}{q^2(5p-q)}$

(c) $\frac{(a^2-b^2)^4}{(a^2-b^2)}\times\frac{(a^4-b^4)}{(a+b)^4}$

1.17 घातांकांचे महत्त्वाचे तीन नियम

1.17.1 पूर्णांक स्वरूपातील घातांक

घातांक म्हणजे त्याच संख्येने त्याच संख्येला गुणणे. जितक्या वेळा असे गुणले जाईल तो अंक म्हणजे घातांक. हा घातांक त्या संख्येच्या डोक्यावर थोडे उजव्या बाजूला मांडायची पद्धत आहे. उदा $3 \times 3 = 3^2$, म्हणजे 3 चा घातांक 2 (2 या घातांकाला 'वर्ग' असे म्हणतात. घातांक 3 असेल तर घन म्हणायची पद्धत आहे. त्या पुढील घातांकांना मात्र, त्या त्या संख्येने ओळखले जाते. उदा. चौथा घात, पाचवा घात, सहावा घात... असे.)

आपण काही छोटी उदाहरणे घेऊ,

$2^3 = 8,\ 2^5 = 32,\ 3^2 = 9,\ 9^2 = 81,\ 3^4 = 81$

आपण या संख्या आणखीनही अनेक प्रकारे लिहू शकतो.

I : (1) $32 \times 8 = 2^5 \times 2^3$

$= (2 \times 2 \times 2 \times 2 \times 2) \times (2 \times 2 \times 2)$

$= 2^8 = 2^{5+3}$

याचा अर्थ असा की घातांकांची बेरीज करून आपल्याला गुणाकार करता येतो.

(2) $9 \times 81 = 3^2 \times 3^4$

$= (3 \times 3)\ (3 \times 3 \times 3 \times 3)$

$= 3^{2+4} = 3^6 = 729$

II : (3) $32 \div 8 = 2^5 \div 2^3$

$$= \frac{2\times2\times2\times2\times2}{2\times2\times2}$$

$$= 2 \times 2 = 2^{5-3} = 2^2 = 4$$

(4) $81 \div 9 = 3^4 \div 3^2$

$$= \frac{3\times3\times3\times3}{3\times3} = 3 \times 3 = 3^2 = 9$$

भागाकारात घातांकांची वजाबाकी केली की उत्तर काढणे सोपे जाते.

III : (5) $8 \times 9 = 2^3 \times 3^2$ आता इथे मात्र वेगळ्या वेगळ्या संख्यांचे वेगळे वेगळे घातांक असल्याने घातांकाची बेरीज-वजाबाकी करून चालणार नाही. शांतपणे 8 आणि 9 चा गुणाकार करा. $8 \times 9 = 82$.

(6) $81 \div 32$ इथे देखील 3 चा चौथा घात आणि 2 चा 5 वा घात यांचा भागाकारच करायला हवा.

(7) $8^2 = (2 \times 2 \times 2)^2$

$$= (2 \times 2 \times 2)(2 \times 2 \times 2) = (2^3)^2 = 2^6$$

इथे मात्र घातांकाचा गुणाकार करून उत्तर आले.

आता आपण नियम पाहू.

घातांकाचे नियम –

1. $a^\circ - 1$
2. $a^1 = a$
3. $a^m \times a^n = a^{m+n}$
4. $a^m \div a^n = a^{m-n}$
5. $(a^m)^n = a^{mn}$
6. $a^{-1} = \frac{1}{a}$
7. $a^{½} = \sqrt{a}$

नियम सांगताना अंकांच्या जागी a वापरला आहे. या a ला पाया (बेस) असे म्हणतात.

1.17.2 काही विशिष्ट उदाहरणे –

वर सांगितलेले नियम हे सर्वसाधारण नियम आहेत. a चे मूल्य शून्य नसेल आणि कोणतीही पूर्णांक संख्या असेल तर हे नियम सर्वसाधारण परिस्थितीत लागू पडतात; आता काही विशिष्ट उदाहरणे पाहू.

(1) $a^3 \div a^2 = \dfrac{a \times a \times a}{a \times a} = a$, नियमानुसार $a^3 \div a^2$ चे उत्तर $a^{3-2} = a^1$ असे येते, म्हणून $a^1 = a$.

(2) $a^3 \div a^3 = \dfrac{a \times a \times a}{a \times a \times a} = 1$ आणि नियमानुसार $a^3 \div a^3$ चे उत्तर $a^{3-3} = a^0$ असे येते, म्हणून $a^0 = 1$

(3) $a^2 \div a^3 = \dfrac{a \times a}{a \times a \times a} = \dfrac{1}{a}$ आणि नियमानुसार $a^2 \div a^3$ चे उत्तर $a^{2-3} = a^{-1}$ असे येते, म्हणून $a^{-1} = \dfrac{1}{a}$ म्हणून,

$$a^{-n} = \frac{1}{a^n}$$

(4) $a^{1/2}\, a^{1/2} = a^1$ नियमानुसार $a^1 = a$, म्हणजे $a^{1/2}$ ने $a^{1/2}$ ला गुणले तर a मिळतो.

$$a^{1/2} = a \text{ चे वर्गमूळ होय.}$$

तसेच $a^{1/3} \times a^{1/3} \times a^{1/3}$ चे उत्तर $a^1 = a$ असे येते.

$a^{1/3}$ म्हणजे a चे घनमूळ आहे.	$= \sqrt[3]{a}$
$a^{1/n}$ म्हणजे a चे n मूळ आहे.	$= \sqrt[n]{a}$

आता ही चार उदाहरणे पहा.

(1) $4^{1/2}$　　　　(2) $8^{1/3}$　　　(3) $27^{2/3}$　　　(4) $16^{1/4}$

(1) $4^{1/2}$ म्हणजे 4 चे वर्गमूळ. ज्या संख्येने त्याच संख्येला गुणल्यानंतर 4 उत्तर येणारी संख्या आपल्याला शोधायची आहे; अशा दोन संख्या आहेत, त्या कोणत्या ते पाहू. $+2$ आणि -2 या त्या संख्या आहेत; म्हणून आपण असे म्हणू शकतो की, $4^{1/2} = \pm 2$, $\pm$ या चिन्हाचा अर्थ म्हणजे $(+ \text{ किंवा } -)$

(2) $8^{1/3}$ म्हणजे 8 चे घनमूळ. ज्या संख्येने तीनदा स्वतःलाच गुणले की उत्तर 8 येईल. $a \times a \times a = 8$, कोणती संख्या असेल ही? इथे मात्र फक्त +2 हेच उत्तर आहे; कारण −2 ने स्वतःला तीनदा गुणल्यावर − चिन्हामध्ये उत्तर मिळेल. आपल्याला +8 उत्तर हवे आहे. म्हणून + २ हे घनमूळ आहे.

(3) $27^{2/3} = (27^{1/3})^2$, परंतु, $27^{1/3} = 3$, म्हणून $3^2 = 9$

(4) $16^{1/4}$ म्हणजे 16 चे चतुर्थ मूळ. येथे कोणते उत्तर येईल? येथे पुन्हा दोन शक्यता आहेत.

$2 \times 2 \times 2 \times 2 = 16$ आणि $-2 \times -2 \times -2 \times -2 = 16$ च. म्हणून $16^{1/4}$ म्हणून ± 2

1.18 स्वअभ्यास 18

आता खालील उदाहरणे सोडवून पहा. शक्यतो कॅलक्युलेटरशिवाय करून पहा बरं.

(1) 3^{-1} (2) $16^{1/2}$ (3) $9^{3/2}$ (4) $27^{-1/3}$ (5) $4°$

(6) 7^1 (7) 7^{-2} (8) $4^{-1/2}$ (9) $32^{1/5}$ (10) $16^{-3/4}$

(11) $25^{3/2}$ (12) $49^{-1/2}$

◆ ◆

प्रकरण २

समीकरणे आणि आलेख
(Equations and Graphs)

2.1. समीकरणे सोडवणे –

या प्रकरणामध्ये आपण समीकरणे सोडवण्याच्या वेगळ्या पद्धती पहाणार आहोत. पहिल्या प्रकरणात आपण बीजगणिती पद्धत पाहिली; आता आलेखांचा अभ्यास करू आणि आलेखांच्या माध्यमातून समीकरण कसे सोडवता येते ते पाहू.

पहिल्या प्रकरणाचा अभ्यास किती तयार झाला आहे ते पाहाण्यासाठी स्व-अभ्यास सोडवून पहा. 1 ते 10 गणितांसाठी प्रत्येकी 1 गुण व 11 ते 20 गणितांसाठी प्रत्येकी 2 गुण याप्रमाणे एकूण 30 गुणांचा हा स्व-अभ्यास आहे. 25 पेक्षा कमी गुण मिळाले तर बराच अभ्यास करायला हवा आहे असे समजा.

स्वअभ्यास 1

चलांच्या किमती काढा.

2.1.1 $x + 7 = 4$

2.1.2 $3y = 27$

2.1.3 $5y = 12$

2.1.4 $2p + 3 = 8$

2.1.5 $2a + 3 = 5a - 2$

2.1.6 $10 - 2b = b + 7$

2.1.7 $3(2x - 1) = 2(2x + 3)$ 2.1.8 $\dfrac{x}{4} = \dfrac{3}{5}$

2.1.9 $\dfrac{3x}{8} = \dfrac{5}{9}$ 2.1.10 $\dfrac{8}{x} = 2$

2.1.11 $2x + \dfrac{1}{2} = \dfrac{3}{5}$ 2.1.12 $\dfrac{5}{y} = \dfrac{3}{7}$

2.1.13 $\dfrac{x+1}{2} = 5$ 2.1.14 $\dfrac{2y+3}{4} = 5$

2.1.15 $\dfrac{2y+1}{3} = \dfrac{y+3}{2}$ 2.1.16 $\dfrac{3x}{5} + 3 = x - 5$

2.1.17 $\dfrac{2x}{3} - 3 = \dfrac{x}{2}$ 2.1.18 $\dfrac{5}{3a-2} = 3$

2.1.19 $\dfrac{3}{P+3} = \dfrac{2}{P+4}$ 2.1.20 $\dfrac{2}{2a+1} = \dfrac{2}{3a-2}$

खालील उत्तरांशी आपली उत्तरे पडताळून पहा.

(1) $x = -3$ (2) $y = 9$

(3) $y = \dfrac{12}{5}$ (4) $p = \dfrac{5}{2}$

(5) $a = \dfrac{5}{3}$ (6) $b = 1$

(7) $x = \dfrac{9}{2}$ (8) $x = \dfrac{12}{5}$

(9) $x = \dfrac{40}{27}$ (10) $x = 4$

(11) $x = \dfrac{1}{20}$ (12) $y = \dfrac{35}{3}$

(13) $x = 9$ (14) $y = \dfrac{17}{2}$

(15) $y = 7$ (16) $x = 20$

(17) x = 18   (18) $a = \dfrac{11}{9}$

(19) P = – 6   (20) a = 3

2.2 समीकरणे सोडवण्याचे नियम

समीकरणाच्या दोन्ही बाजूंवर एकाच क्रिया केली तर समीकरणाचा अर्थ बदलत नाही. त्यामुळे अशा क्रिया करून समीकरणाचा अर्थ न बदलता समीकरण सोडवणे सोपे जाते. उदाहरणार्थ, एकच संख्या दोन्ही बाजूंमध्ये मिळवली किंवा वजा केली, (शून्याव्यतिरिक्त) एकाच संख्येने दोन्ही बाजूंना गुणले किंवा भागले तर मूळ समीकरणाचा अर्थ बदलत नाही. उदाहरण पहा. –

3x + 17 = x + 7 या समीकरणात दोन्ही बाजूतून 17 वजा केले तर

3x = x – 10 असे समीकरण मिळते, आता दोन्ही बाजूतून x वजा केला तर

2x = – 10 असे समीकरण मिळेल. आता दोन्ही बाजूंना 2 ने भागा.

x = – 5 असे उत्तर मिळते.

समीकरणात बरोबर चिन्हाच्या उजव्या व डाव्या बाजूला समीकरणाची पदे मांडलेली असतात. बरोबरच्या चिन्हामुळे ही पदे समान आहेत असा अर्थ होतो. पदांमध्ये दिलेल्या चलाच्या किंमती काढताना पदे बरोबर चिन्हाच्या डावीकडून उजवीकडे किंवा उजवीकडून डावीकडे न्यावी लागतात. तेव्हा त्यांची चिन्हे बदलतात. म्हणजे धनपद ऋण होते व ऋणपद धन होते. गुणाकारातील पद भागाकार करते तर भागाकारातील पद गुणाकार करते.

आता पुढे स्वअभ्यास – 1 मधील उदाहरणे सोडवून दाखवली आहेत.

2.1.1 x + 7 = 4 म्हणून x = 4 – 7 = – 3

2.1.2 3y = 27

$\therefore y = \dfrac{27}{3} = 9$

2.1.3 5y = 12

$\therefore y = \dfrac{12}{5}$

2.1.4 2p + 3 = 8

$\therefore 2p = 8 – 3 = 5$

$\therefore p = \dfrac{5}{3}$

2.1.5 $2a + 3 = 5a - 2$

$\therefore 3 + 2 = 5a - 2a$

$\therefore 3a = 5$

$\therefore a = \dfrac{5}{3}$

2.1.6 $10 - 2b = b + 7$

$\therefore b + 2b = 10 - 7$

$\therefore 3b = 3$

$\therefore b = 1$

2.1.7 $3(2x - 1) = 2(2x + 3)$

$\therefore 6x - 3 = 4x + 6$

$\therefore x = \dfrac{9}{2}$

स्वअभ्यास 2

आता पुढील उदाहरणे तुम्ही सोडवून पहा.

2.2.1 $x + 8 = 5$

2.2.2 $5y = 40$

2.2.3 $2y - 7$

2.2.4 $7 + 2x = 5 - x$

2.2.5 $4 + 2b = 5b + 9$

2.2.6 $3(x - 3) = 6$

2.2.7 $3(y - 2) = 2(y - 1)$

2.2.8 $2(3a - 1) = 3(4a + 3)$

2.2.9 $3x - 1 = 2(2x - 1) + 3$

2.2.10 $2(p + 2) = 6p - 3(p - 4)$

2.3 अपूर्णांक असलेली समीकरणे सोडवणे.

अपूर्णांक असलेली समीकरणे सोडवताना त्यातील अपूर्णांकांचे पूर्णांकात रूपांतर केल्यास सोडवणे सोपे जाते. त्याकरता वर सांगितल्याप्रमाणे समीकरणाच्या दोन्ही बाजूंना पूर्णांक मिळेल अशा संख्येने म्हणजेच छेदस्थानी जो अंक असेल त्याने गुणावे. उदाहरणार्थ,

स्वअभ्यास १ मधील अपूर्णांकांची पुढील गणिते पहा.

2.1.8 $\dfrac{x}{4} = \dfrac{3}{5}$

दोन्ही बाजूंना $4 \times 5 = 20$ ने गुणा. म्हणजे आपोआपच काही पदे काटली जातील, आणि समीकरण पुढीलप्रमाणे मिळेल. (दोन्ही बाजूंचा तिरपा गुणाकार केला तरी असेच उत्तर मिळेल.)

$$5x = 4 \times 3$$
$$= 12$$

$$\therefore \quad x = \frac{12}{5}$$

2.1.9, 2.1.10 ही उदाहरणे वरील प्रमाणेच सोडवा.

आता हे उदाहरण पहा.

2.1.11 $2x + \dfrac{1}{2} = \dfrac{3}{5}$

समीकरणाच्या दोन्ही बाजूंना $2 \times 5 = 10$ ने गुणा. समीकरण पुढीलप्रमाणे मिळेल.

$$\therefore 10\left(2x + \frac{1}{2}\right) = 10 \times \frac{3}{5}$$
$$\therefore 20x + 5 = 6$$

$$\therefore x = \frac{1}{20}$$

प्रत्येक पद वेगळे ओळखण्यासाठी कंसाचा वापर केला आहे.

2.1.12 $\dfrac{5}{y} = \dfrac{3}{7}$

समीकरणाच्या दोन्ही बाजूंना $7y$ ने गुणा.

$$\therefore 7 \times \frac{5}{y} = 7y \times \frac{3}{7}$$
$$\therefore 7 \times 5 = 3y$$

$$\therefore y = \frac{35}{3}$$

अंश व छेदाचा तिरपा गुणाकार केल्यासही हेच उत्तर मिळते. जी कृती छोटी

असेल ती करावी; अशाच प्रकारे गणिते क्र. 2.1 (14, 15, 17, 18, 20) सोडवा.

आता जरा अवघड गणित पहा. पुढील गणितात अपूर्णांकाची तीन पदे आहेत.

हे गणित कसे सोडवाल?

● नमुना उदाहरण - १

$$\frac{2x+1}{3} - \frac{3x-2}{4} = \frac{x-1}{6}$$

आता या गणितात छेदस्थानी असलेले अंक म्हणजे 3, 4 व 6 होय. यांच्या गुणाकाराने म्हणजे 3 × 4 × 6 = 72 ने गुणायचे ठरवले तर आकडेमोड मोठी होईल. कॅलक्युलेटर असेल तर शक्य होईलही; परंतु, 3, 4 आणि 6 चा लघुत्तम साधारण विभाजक 12 आहे. 12 ने गुणल्यास फार मोठ्या मोठ्या आकड्यांशी खेळण्यापेक्षा सोपे गणित तयार होते. प्रत्येक पदाला कंस घाला म्हणजे 12 ने प्रत्येक पदाला गुणताना चुका होणार नाहीत. आता खालील प्रमाणे समीकरण तयार होईल.

$$12\left(\frac{2x+1}{3}\right) - 12\left(\frac{3x-2}{4}\right) = 12\left(\frac{x-1}{6}\right)$$

छेदांनी भागून अपूर्णांक सोडवा, आपणास पुढील समीकरण मिळेल.

$4(2x + 1) - 3(3x - 2) = 2(x - 1)$

$\therefore (8x + 4) - (9x + 6) = (2x - 2)$

अशा प्रकारच्या समीकरणांमध्ये कंस घालणे अत्यंत महत्त्वाचे आहे.

आता आपले समीकरण पुढील प्रमाणे तयार होईल.

$4 + 6 + 2 = -8x + 9x + 2x$

म्हणून $12 = 3x$, आणि $x = 4$ असे उत्तर मिळेल.

पडताळा घेऊन पहा.

काही वेळेला लसाविच मोठा येतो. अशा वेळेस तेवढ्या लसाविने गुणावेच लागते. आता या पुढील उदाहरणात छेदस्थानी 5 व 2 आहेत, त्यांचा लसावि 10 पेक्षा कमी येऊच शकत नाही, त्यामुळे 10 गुणून दिलेले समीकरण 10 पट मोठे करणे भाग आहे.

$$\frac{x+4}{2} + \frac{x+3}{5} = \frac{5(x+4)}{10} + \frac{2(x+3)}{10}$$

$$\therefore \frac{5(x+4) + 2(x+3)}{10} = \frac{7x+26}{10}$$

वरील उदाहरणात सर्व पायऱ्या सविस्तर सोडवून दाखवल्या आहेत, त्यांचा नीट अभ्यास करा. म्हणजे अशी समीकरणे आत्मविश्वासाने सोडवाल.

2.3 स्वअभ्यास 3

पुढील समीकरणे सोडवा.

2.3.1 $\dfrac{5x}{3} = 2$

2.3.2 $5 + x = \dfrac{2x}{3}$

2.3.3 $\dfrac{x}{3} - \dfrac{x}{4} = 1$

2.3.4 $\dfrac{y}{3} - \dfrac{3y-7}{5} = \dfrac{y-2}{6}$

2.3.5 $\dfrac{3m-5}{4} - \dfrac{9-2m}{3} = 0$

2.3.6 $\dfrac{x-1}{2} - \dfrac{x-2}{3} = 1$

2.3.7 $\dfrac{P+1}{P-1} = \dfrac{3}{4}$

2.3.8 $\dfrac{2}{y} = \dfrac{3}{y+1}$

2.3.9 $\dfrac{4}{2x+3} = \dfrac{3}{x-2}$

2.3.10 $\dfrac{2x}{x+2} = \dfrac{3x}{x+5} - 1$

2.3.11 $\dfrac{2x+1}{3} + \dfrac{x+5}{2} = \dfrac{3x-1}{7}$

2.3.12 $\dfrac{x+3}{4} - \dfrac{x-1}{5} = \dfrac{2x-1}{10}$

2.4 समीकरणे आणि फलनसंबंध

दोन किंवा अधिक चलांमधील संबंध समीकरणाने दाखवला जातो. जेव्हा एखाद्या विशिष्ट चलाचे मूल्य वेगळ्या एका किंवा अनेक चलांच्या मूल्यावर अवलंबून असते तेव्हा अशा संबंधाला **'फलन'** असे म्हणतात. उदाहरणार्थ, उपभोग हे उत्पन्नाचे फलन आहे. हे आपण C = f(Y) या समीकरणाने दाखवतो. C = f(Y). उत्पन्न जसे बदलेल, तसा उपभोग बदलेल असा या फलनाचा अर्थ. उपभोग फलनामध्ये उत्पन्नाशी संबंधित नसलेला एक ठराविक खर्च कुटुंबाला करावाच लागतो. तो स्थिर खर्च आणि उत्पन्नाचा काही ठराविक भाग मिळून कुटुंबाचा उपभोग खर्च उपभोग फलनाद्वारे दाखवला जातो. समजा, एखाद्या कुटुंबाचा उत्पन्नाशी संबंधित नसलेला स्थिर खर्च 12 आहे आणि त्याशिवाय उत्पन्नाचा तीन दशांश भाग (0.3) हे कुटुंब उपभोगावर खर्च करते तर आता त्या कुटुंबाचे उपभोग फलन पुढीलप्रमाणे सांगता येईल.

C = 12 + 0.3 Y

C = उपभोग खर्च

Y = उत्पन्न

आता Y च्या कोणत्याही दिलेल्या पातळीला C चे मूल्य आपणास काढता येईल.

समजा, Y = 90 असेल, तर C = 12 + 0.3 (90)

$$= 12 + 27$$

$$= 39$$

याचा अर्थ असा की, Y च्या दिलेल्या मूल्यावर अवलंबून असलेले C चे हे विशिष्ट मूल्य आहे. हे फलनाचे उदाहरण आहे. यालाच C हे Y चे फलन आहे, असेही म्हटले जाते. जेव्हा अगदी स्पष्टपणे समीकरणाची मांडणी निश्चित झालेली नसेल तेव्हा जे समीकरण मांडले जाते, त्या मांडणीला समीकरणाची एक सर्वसमावेशक मांडणी असे म्हणतात. उदाहरणार्थ,

Qd = f(p)

ही मांडणी असे सुचवते की, वस्तूची मागणी (Qd) त्या वस्तूच्या किमतीवर (p) अवलंबून असते. या ठिकाणी f(p) म्हणजे p या चलाचे फलन आहे. p म्हणजे किमत आणि Qd म्हणजे मागणी; म्हणून मागणी हे किमतीचे फलन आहे असा Qd = f(p) असा या सूत्राचा अर्थ होतो. इथे f गुणिले p असा अर्थ नाही, हे लक्षात घ्यायला हवे. या p ला 'स्वतंत्र चल' असे म्हणतात, कारण p चे मूल्य Qd वर अवलंबून नाही; तर ते स्वतंत्रपणे ठरते आणि त्यावर Qd चे मूल्य ठरत असते, म्हणून Qd ला 'परतंत्र चल' असेही म्हणतात.

फलन हे एक किंवा अधिक चलांचे संबंध दर्शवू शकते. म्हणजे एका फलनामध्ये दोन स्वतंत्र चले असू शकतात. उदाहरणार्थ,

Q = f (K, L)

या फलनाचा अर्थ असा की उत्पादन (Q) हे भांडवल (K) आणि श्रम (L) या दोन चलांवर अवलंबून असते.

फलनाची विशिष्ट मांडणी –

जेव्हा एखाद्या फलनाची काही विशिष्ट आणि स्पष्ट समीकरणाने मांडणी केलेली असते तेव्हा परतंत्र चलाचे मूल्य स्वतंत्र चलाच्या किमतीवर अवलंबून असते. फलनाची विशिष्ट आणि स्पष्ट मांडणी म्हणजे,

Qd = 120 – 2p

p च्या दिलेल्या कोणत्याही किमतीला Qd चे मूल्य, दिलेल्या फलन-संबंधावरून काढता येते. उदाहरणार्थ,

P = 10, तर Qd = 120 – 2p कसे सोडवायचे ते पहा.

$$Qd = 120 - 2p$$
$$Qd = 120 - 2(10)$$
$$Qd = 120 - 20 = 100$$
$$P = 45 \text{ असेल तर,}$$
$$Qd = 120 - 2p$$
$$Qd = 120 - 2(45)$$
$$Qd = 120 - 90 = 30$$

अर्थशास्त्रामध्ये फलनाच्या मूल्यांच्या संख्यांचे एकूण संख्यांमधील एक ठराविक क्षेत्र (domain) ठरवलेले असते. या क्षेत्रावरून दिलेल्या चलाच्या मूल्यांचा आवाका (range) ठरतो. उदाहरणार्थ, ज्या चलांमुळे उत्पादन किंवा किमती ठरतात त्या चलांची मूल्ये ही धन संख्या असणार हे गृहीत आहे, म्हणजे संख्या क्षेत्र धन संख्या आणि आवाका हा दिलेल्या समीकरणाच्या बंधनात असतो. एका अर्थाने ही दोन्ही स्वतंत्र आणि परतंत्र चले क्षेत्र (domain) आणि आवाका (range) यांनी बांधलेली असतात.

2.5 व्यावहारिक उपयोग

या सर्व संकल्पना व्यवहारात तसेच विशेष करून अर्थशास्त्रात कशा वापरतात ते पाहू. नफा-तोटा विश्लेषण, ना नफा ना तोटा संकल्पना, खर्च, उत्पन्न (महसूल), नफा, स्थिर खर्च, बदलता खर्च, एकूण खर्च, किंमत – मागणी – पुरवठा संबंध हे सर्व फलन संबंधातून दाखवता येतात. उदाहरणार्थ,

(अ) उत्पादन खर्च फलन

उत्पादन खर्च हे स्थिर खर्च आणि बदलता खर्च याचे फलन आहे. स्थिर खर्च हा उत्पादनाच्या नगसंख्येवर अवलंबून नसतो. उत्पादन कितीही कमी किंवा जास्त असले तरी हा खर्च करावाच लागतो, म्हणून स्थिर खर्च स्थिरकाच्या (constants) च्या माध्यमातून मांडतात.

$$C = FC + VC$$
$$\text{(FC = Fixed Cost, VC = Variable Cost)}$$
$$C = \text{स्थिर खर्च + बदलता खर्च}$$
(बदलता खर्च प्रति नगाप्रमाणे बदलतो.)
$$C = a + bQ$$
(a = स्थिर खर्च तर b = बदलता खर्च गुणिले
Q = उत्पादन नगसंख्या)

(आ) महसूल (उत्पन्न) फलन

महसूल = विकले गेलेले नग गुणिले प्रत्येक नगाची किंमत

R = Qp

R = महसूल; QP = प्रत्येक नगाची किंमत

(इ) नफा फलन

नफा = महसूल (उत्पन्न) – खर्च

Pr = R – C

Pr = नफा, R = महसूल, C = खर्च

याप्रमाणे फलन संबंध वापरून अर्थशास्त्राची बरीच उदाहरणे सोडवता येतात. (a, b ही सर्व स्थिरके आहेत.)

2.6 आलेखांची ओळख

हीच समीकरणे आपण जर आलेखाच्या आधारे दाखवू शकलो तर एका दृष्टीक्षेपात समजावून घेता येतात. सुरुवातीला सरळ रेषांचे आलेख अभ्यासू. शाळेत शिकलेले आलेख पुन्हा आठवत असतील तर एकदा हा स्व अभ्यास सोडवून पहा.

स्वअभ्यास 4

पहिल्या तीन प्रश्नांना 1 गुण व नंतरच्या सर्व प्रश्नांना 2 असे गुण देऊन किती गुण मिळवता येतात ते पहा.

2.6.1 खाली दिलेल्या निबंधकांवरून रेषा खंड काढा. या दोन रेषा एकमेकांना छेदत असतील तर दोन्ही रेषांच्या छेदन बिंदूचे निबंधक (Co ordinates) लिहा.

(a) (2, –1) (8, 5) (b) (–3, 1) (2, –8)

2.6.2 खाली दिलेल्या निबंधक जोडणाऱ्या रेषांचे चढ / (उतार) / (Slope) लिहा.

(a) (2, 5) (8, 17) (b) (–1, 3) (8, –6)

2.6.3 खाली दिलेल्या सरळ रेषांचे चढ लिहा.

(a) $y = 3x + 4$ (b) $y + 4x = 2$

(c) $2y = x - 4$ (d) $3y + 4x = 0$

2.6.4 खाली दिलेल्या सरळ रेषांची समीकरणे शोधा.

(a) (1, 3) या बिंदूतून जाणारी व 2 चढ असलेली रेषा

(b) (2, –1) या बिंदूतून जाणारी व –1 चढ असलेली रेषा

(c) (2, 4) या बिंदूतून जाणारी व 2/3 चढ असलेली रेषा

(d) (2, 5) आणि (8, 10) या बिंदूंतून जाणारी रेषा

(e) (–4, –2) आणि (–1, 5) या बिंदूतून जाणारी रेषा

2.6.5 प्रश्न क्र. 2.6.1 मध्ये दिलेल्या रेषांच्या प्रत्येक जोडीतील अंतर किती आहे ते मोजा.

2.6.6 (1, 4) मधून जाणाऱ्या आणि (a) $y = 2x + 5$ (b) $3y = 2x = 1$ (c) $4y + x = 0$ या रेषांना लंब असलेल्या सरळ रेषांची समीकरणे लिहा.

2.6.7 (1, 3) आणि (6, 18) ही रेषा 2 : 3 या प्रमाणात विभागणाऱ्या बिंदूचे निबंधक सांगा.

उत्तरे :

2.6.1	(a) (5,2)	(b) (–1/2, –7/2)	
2.6.2	(a) 2	(b) –1	
2.6.3	(a) 3	(b) –4	(c) 1/2 (d) –4/3
2.6.4	(a) $Y = 2x + 1$	(b) $y + x = 1$	(c) $3y = 2x + 8$
	(d) $6y = 5x + 20$	(e) $3y = 7x + 22$	
2.6.5	(a) $\sqrt{72} = 8.49$	(b) $\sqrt{106} = 10.30$	
2.6.6	(a) $2y = x$	(b) $2y = 3x + 5$	(c) $y = 4x$
2.6.7	(3,9)		

2.7 आलेख काढण्याची उजळणी

समजा $y = 2x + 3$ असे समीकरण दिलेले आहे, तर x च्या प्रत्येक किमतीला (मूल्याला) y चे विशिष्ट असे मूल्य असेल. y च्या या सर्व किमती x च्या मूल्यावर अवलंबून असतील. म्हणजेच y हा अवलंबून असलेला चल आहे; तर x स्वतंत्र चल आहे. आता खाली दिलेल्या तक्त्यामध्ये x च्या प्रत्येक मूल्याबरोबर y चे मूल्य कसे ठरते ते पाहू.

दिलेल्या $y = 2x + 3$ या समीकरणामध्ये x च्या निरनिराळ्या किंमती घाला. उदाहरणार्थ,

(1) $x = 0$ असेल तर

$y = 2x + 3$

$y = 2(0) + 3 = 3,$

(2) $x = 1$ असेल तर

$y = 2x + 3$

$y = 2(1) + 3 = 5$

(3) $x = -1$ असेल तर

$y = (-1) + 3 = 1$

(4) $x = -2$ असेल तर

$y = 2(-2) + 3 = -1$

(5) $x = -3$ असेल तर

$y = 2(-3) + 3 = -3$

याप्रमाणे सर्व किंमती काढून पहा.

आता x चे गृहीत धरलेले मूल्य आणि त्यावरून y चे आलेले मूल्य यांची जोडी तयार करा व त्याचा एक संच करा. (एका कंसात घाला) जसे,

(0, 3), (–1, 1), (1.5). आलेखातील बिंदूंच्या निबंधकाचा संच तयार होईल. या संचाचा पुढील प्रमाणे तक्ता करू.

x	–3	–2	–1	0	1	2	3
y	–3	–1	1	3	5	7	9

आता आलेख कसा काढायचा ते पाहू–

स्वतंत्र चलाचे मूल्य नेहमी आधी आले पाहिजे हे लक्षात घ्या. आलेखाच्या कागदावर आलेख काढताना, आडवा अक्ष हा स्वतंत्र चलासाठी तर उभा अक्ष परतंत्र चलासाठी असतो. संचामध्ये एकत्र केलेल्या मूल्यांच्या जोड्या या योजलेल्या जोड्या–अनुक्रमित जोड्या (Ordered pairs) आहेत. आलेख कागदावर त्यांचे आलेखन करण्यासाठी या सर्व जोड्या विचारात घ्यायच्या आहेत व त्याच्या आधारे एक रेषा किंवा आलेखन करायचे आहे.

जिथे क्ष अक्ष व य अक्ष मिळतात त्या बिंदूला 'आरंभ बिंदू' (Point of Origin) म्हणतात. त्या ठिकाणी (0,0) ही अनुक्रमित जोडी असते. क्ष अक्षावर 0 बिंदूच्या उजव्या हाताला + चिन्हांकित अंक तर 0 च्या डाव्या बाजूला – (ऋण) चिन्हांकित अंक धरावेत. त्याचप्रमाणे य अक्षावर 0 च्या वरील बाजूस + चिन्हांकित अंक तर 0 च्या खालील बाजूला – (ऋण) चिन्हांकित अंक धरावेत. जोड्यांमधील पहिला अंक हा क्ष अक्षावर (स्वतंत्र चल) तर दुसरा अंक य अक्षावर (परतंत्र चल) मांडावा. जोडी (2, 7) हिचा बिंदू दर्शवावयाचा असेल तर पुढीलप्रमाणे आपण दर्शवू शकतो.

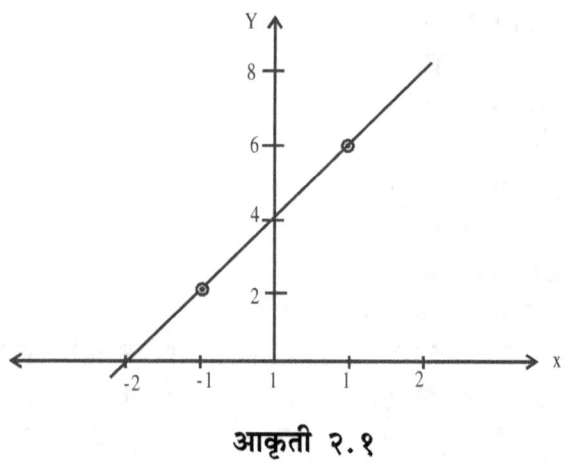

आकृती २.१

आलेखाच्या रेषांवर आपण कोणते चल मोजतो आहोत याचे नाव लिहिणे आवश्यक असते नाहीतर कोणत्या रेषेवर काय मोजले ते कळणार नाही. साधारणपणे जे चल मोजणार आहोत त्याच चलांच्या नावे ते अक्ष ओळखले तरी चालतात. हे सर्व बिंदू जोडून एक सरळ रेषा मिळाली. याचा अर्थ x च्या प्रत्येक छोट्या छोट्या मूल्याला y चे एक ठराविक मूल्य आहेच हे आपण गृहीत धरले आहे, कारण दिलेल्या समीकरणावरूनच आपण y ची मूल्ये ठरवली आहेत. चांगली टोकदार पेन्सिल घ्या, स्वच्छ दिसणारा आलेख कागद घ्या आणि दिलेल्या समीकरणामध्ये x च्या निरनिराळ्या अगदी अपूर्णांकासहीत मूल्यांना y च्या किंमती काढा आणि आलेख तयार करा.

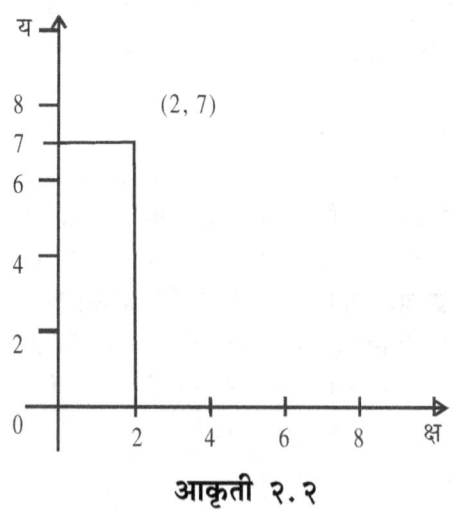

आकृती २.२

2.8 दोन बिंदूंना जोडणाऱ्या रेषेचा मध्यबिंदू काढणे

दोन बिंदू जोडणाऱ्या कमीत कमी अंतराच्या रेषेला 'सरळ रेषा' म्हणतात. सध्या आपण सरळ रेषेचा विचार करत असलो तरी आलेख बऱ्याचदा वक्रही असतात, म्हणून निबंधकावरून तयार होणाऱ्या आकाराला 'वक्र' म्हणतात. सध्या आपले वक्र सरळ आहेत एवढंच ! अशा रेषेचा मध्यबिंदू काढण्यास आपण आता शिकणार आहोत. खाली दिलेल्या दोन आकृत्या पहा.

आकृती 2.3 (अ) मध्ये स्व अभ्यासमधील पहिली जोडी (2, −1) आणि (8, 5) वरून काढलेला आलेख दर्शवला आहे, आणि आकृती 2.3 (आ) मध्ये दोन चले (x_1, y_1), (x_2, y_2) गृहीत धरून काढलेला आलेख आहे; यावरून आपण रेषेचा मध्यबिंदू काढू.

आकृती 2.3 (अ)   आकृती 2.3 (आ)

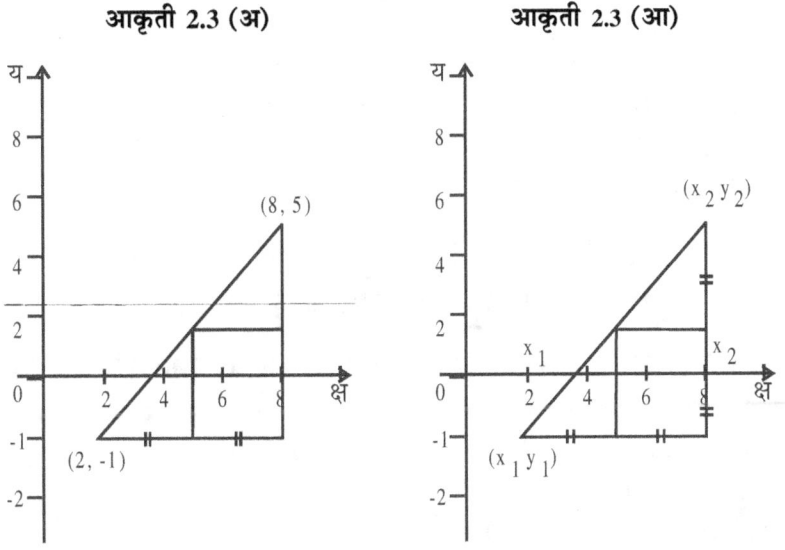

आकृतीत दर्शवल्याप्रमाणे (x_2, y_2) या बिंदूतून 'क्ष' अक्षापर्यंत लंब टाकावा आणि हा लंब (x_1, y_1) पासून निघणाऱ्या, क्ष अक्षाला समांतर रेषेला मिळेपर्यंत वाढवावा. 'क्ष' अक्षाला समांतर असणाऱ्या रेषेचा मध्यबिंदू 'य' अक्षाला समांतर रेषा काढून आपल्या आलेखाच्या रेषेला मिळवावा. तसेच (x_2, y_2) या बिंदूतून निघणाऱ्या लंब रेषेचा मध्यबिंदू काढावा. त्या बिंदूतून 'क्ष' अक्षाला समांतर रेषा काढावी व आपल्या आलेखाच्या रेषेला मिळवावी. या दोन्ही, रेषा आलेखाच्या ज्या बिंदूत मिळतील तो आलेखाच्या रेषेचा मध्यबिंदू होय.

याचा अर्थ असा की आलेखाच्या रेषेच्या दोन्ही टोकाचे x बिंदू व y बिंदू यांची

सरासरी काढल्यास आपल्याला आलेखाचा मध्यबिंदू काढता येतो, म्हणजेच रेषेच्या मध्यबिंदूचे निबंधक मिळतात.

उदाहरणार्थ, 2.2 (अ) चा मध्यबिंदू पुढीलप्रमाणे –

$$\left(\frac{8+2}{2}, \frac{5+(-1)}{2}\right) = (5, 2)$$

व 2.2 (आ) चा मध्यबिंदू पुढीलप्रमाणे,

$$\left(\frac{x_1 + x_2}{2}, \frac{y_1 + y_2}{2}\right) = (x, y)$$

याचप्रमाणे स्वअभ्यासात दिलेल्या (b) (−3, 1) (2, −8) या निबंधकांवरून निघालेल्या आलेखाचा मध्यबिंदू काढण्याचा प्रयत्न करा. मध्यबिंदूचे निबंधक सांगा.

हे सूत्र लक्षात ठेवा.

(x_1, y_1) (x_2, y_2) हे बिंदू जोडणाऱ्या रेषेचा मध्यबिंदू पुढीलप्रमाणे

$$\left(\frac{x_1 + x_2}{2}\right), \left(\frac{y_1 + y_2}{2}\right)$$

2.8 स्वअभ्यास 5

खाली दिलेल्या निबंधकांवरून आलेल्या सरळ रेषेच्या मध्यबिंदूंचे निबंधक लिहा.

2.8.1 (−3, 2) (1, −6)
2.8.2 (−2, −1) (3, 4)
2.8.3 (−1, −5) (−4, −6)

2.9 रेषेचा चढ / उतार

प्रत्येक सरळ रेषेला काही विशिष्ट चढ किंवा उतार असतो. हा चढ किंवा उतार त्या संबंध रेषेवर समान असतो. य अक्ष आणि क्ष अक्षाच्या आधारे हा चढ मोजता येतो. य अक्षावरील फरक आणि क्ष अक्षावरील फरक यांचा भागाकार म्हणजे चढ.

जर आपल्या दिलेल्या आलेखाची रेषा डावीकडून उजवीकडे वर चढत जाणारी असेल, तर य अक्षावर धन (+) बाजूला ही रेषा किती सरकली ते मोजले

जाते आणि यालाच रेषेचा चढ धन (+) आहे असे म्हणतात. याचप्रमाणे जर आपल्या दिलेल्या आलेखाची रेषा डावीकडून उजवीकडे खाली उतरत जाणारी असेल, तर य अक्षावर वरपासून सुरू झालेली ही रेषा किती खाली सरकली ते मोजले जाते आणि त्याला रेषेचा चढ ऋण (–) आहे असे म्हणतात. (अर्थशास्त्रातील उदाहरण घ्यायचे झाले तर पुरवठा वक्र डावीकडून उजवीकडे वर चढत जाणारा असतो. आणि मागणी वक्र डावीकडून उजवीकडे खाली उतरत जाणारा असतो. म्हणून मागणीवक्राचा चढ ऋण (–) तर पुरवठा वक्राचा चढ धन (+) आहे असे म्हटले जाते.)

खाली दिलेल्या आकृतीमध्ये 2.4 (अ) (2,5) आणि (8, 17) आणि 2.4.(आ) (x_1, y_1) (x_2, y_2) हे दोन सरळ रेषेचे आलेख काढलेले आहेत. त्यांचा चढ मोजू.

आकृती 2.4 (अ)   आकृती 2.4 (आ)

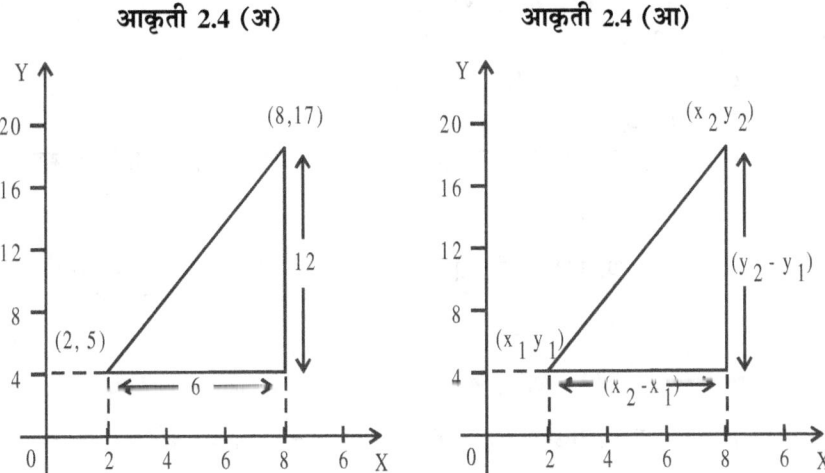

2.4.(अ) मधील सरळ रेषेचा चढ म्हणजे

$$\left[\frac{\text{दोन y मधील अंतर}}{\text{दोन x मधील अंतर}} = \frac{17-5}{8-2}\right]$$

$$\frac{\text{उभे अंतर}}{\text{आडवे अंतर}} = \frac{12}{6} = 2$$

2.4.(आ) मधील सरळ रेषेचा चढ म्हणजे

$$\frac{\text{उभे अंतर}}{\text{आडवे अंतर}} = \frac{y_2 - y_1}{x_2 - x_1} = m$$

सरळ रेषेचा चढ किंवा उताराला m हे इंग्रजी अक्षर वापरण्याची पद्धत आहे. खाली दिलेल्या चौकोनातील समीकरण लक्षात ठेवा.

(x_1, y_1) (x_2, y_2) हे निबंधक असणाऱ्या सरळ रेषेचा चढ म्हणजे

$$m = \frac{y_2 - y_1}{x_2 - x_1}$$

m वरून 'क्ष' च्या तुलनेत 'य' कसा बदलतो हे लक्षात येते. आपण आधी पाहिलेले सरळ रेषेचे समीकरण $y = 2x + 3$ याचा चढ 2 आहे. म्हणजे x जेवढा बदलेल त्याच्या दुप्पट y बदलतो. हे समीकरण आपण अक्षरांमध्ये मांडू. $y = mx + c$ हे सरळ रेषेचे समीकरण असून m हा त्याचा चढ आहे.

2.6.4 स्वअभ्यास मधील उदाहरण पहा.

(a) $y = 3x + 4$ (b) $y + 4x = 2$

(c) $2y = x - 4$ (d) $3y + 4x = 0$

(a) मध्ये $m = 3$

(b) मध्ये समीकरण पुढील पद्धतीने लिहा. $y = -4x + 2$. आता चढ म्हणजे $m = -4$.

(c) मध्ये समीकरण पुढील पद्धतीने लिहा. $y = \dfrac{1}{2x} = \dfrac{4}{2} = \dfrac{1}{2x+2}$ आता

चढ $= m = \dfrac{1}{2}$

(d) मध्ये समीकरण पुढील पद्धतीने लिहा. $y = \dfrac{4}{3x}$ आता

चढ $= m = -\dfrac{4}{3}$

$$\boxed{\textbf{2.9 स्वअभ्यास 6}}$$

खालील सरळ रेषांचे चढ काढा.

2.9.1 $y = 3 - 5x$

2.9.2 $2y = 3x + 7$

2.9.3 $3y + x + 1$

2.9.4 $4y - 5x = 2$

2.10 सरळ रेषा काढणे

y = mx + c हे सरळ रेषेचे समीकरण असून m हा त्याचा चढ आहे. हे आपण पाहिले. मग c काय दर्शवतो?

जर आपण x = 0 धरले तर y = c मिळेल; मग आपले निबंधक (0,c) या प्रमाणे मिळतील. x = 0 असताना c बिंदू य अक्षावरच असेल. म्हणजेच थोडक्यात c बिंदू य अक्षावरील छेदनबिंदू दर्शवतो. y = 2x + 3 या समीकरणात + 3 हा बिंदू 'य' अक्षावरील छेदनबिंदू आहे. म्हणजे y = 2x + 3 या समीकरणाने मिळालेली सरळ रेषा 'य' अक्षाला + 3 मध्ये छेदते.

आता आपणास जर m आणि c च्या किंमती माहीत असतील तर सरळ रेषेचा आलेख काढता येईल. आता खाली दिलेले आलेख पहा.

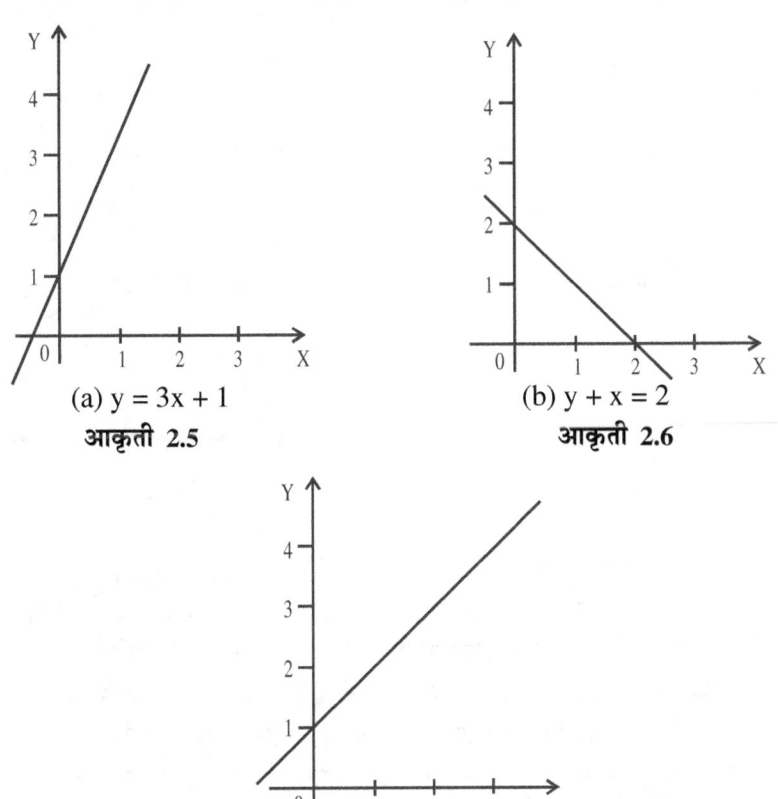

(a) y = 3x + 1
आकृती 2.5

(b) y + x = 2
आकृती 2.6

(c) 4y = 3x + 4
आकृती 2.7

(a) मध्ये $m = 3$ आणि $c = 1$. (आकृती 2.5)

(b) मध्ये $y + x = 2$ म्हणजे $y = -x + 2$. म्हणून $m = -1$ तर $c = 2$ (आकृती 2.6)

(c) मध्ये $4y = 3x + 4$, म्हणून $m = \frac{3}{4}$ तर $c = 1$ (आकृती 2.7)

2.9.5 खाली काही सरळ रेषांची समीकरणे दिली आहेत. त्यावरून सरळ रेषा काढा.

(1) $y = x$ (2) $y + 4x = 4$ (3) $4y = x + 4$

(4) $y = x - 2$ (5) $y = 2x$ (6) $y = x + 2$

(7) $y = \frac{1}{2}x$ (8) $y + 2x = -2$

2.9.6 आता खाली चार आकृत्या दिल्या आहेत. त्यांची समीकरणे कशी लिहाल?

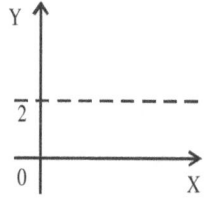

आकृती 2.8.1

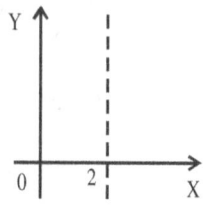

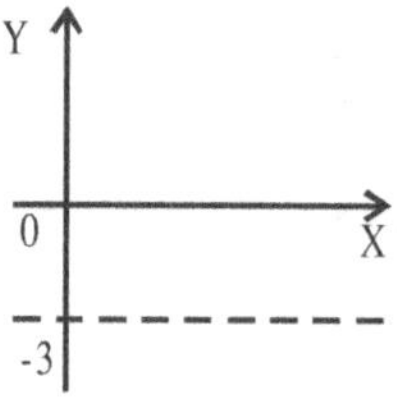

आकृती 2.8.2

आकृती 2.8.3

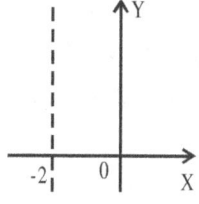

आकृती 2.8.4

2.8.1 पहिल्या आकृतीचे समीकरण $y = 2$ कारण x चे मूल्य दिलेले नाही आणि कोणताही चढ किंवा उतार दिलेला नाही. $(m = 0)$ म्हणजे ही रेषा क्ष अक्षाला समांतर जाईल आणि x चे मूल्य काहीही असू शकेल. y चा निबंधक दिलेला असल्याने ही रेषा y अक्षाला 2 मध्ये छेदणार हे स्पष्ट आहे.

2.8.2 दुसऱ्या आकृतीमध्ये $y = -3$ आहे. आता ही रेषा ऋण संबंध दर्शवते; पण आकृती एक प्रमाणेच ही रेषापण क्ष अक्षाला समांतर जाईल.

आता याचप्रकारे 3 आणि 4 ची उत्तरे तुम्हाला देता येतील का?

2.8.3 तिसरे समीकरण $x = 2$

2.8.4 चौथे समीकरण x = –2

तिसऱ्या व चौथ्या आकृतीमध्ये रेषा सरळ उभ्या आहेत; म्हणजे त्यांचा चढ अगणित आहे. त्याला शून्याने भागता येणार नाही.

शून्याने भागता येत नाही. $\dfrac{x}{0} = \infty$ (अगणित, Infinity) असे उत्तर येते. ∞ या चिन्हाचा अर्थ असंख्य किंवा मोजता येणार नाही इतकी मोठी संख्या.

$$\dfrac{y_2 - y_1}{x_2 - x_1} = m$$

$(x_2 - x_1 = 0$ आणि $y_2 - y_1 = \infty)$

2.11 सरळ रेषांची समीकरणे

सरळ रेषा काढण्यासाठी आपणास काय काय माहिती असावी लागते? (1) त्या रेषेचे दोन्ही निबंधक किंवा (2) कमीत कमी एक निबंधक आणि चढ. या दोन्ही बाबींपैकी एक जरी दिलेली असेल तर आपल्याला सरळ रेषेचे समीकरण तयार करता येईल व त्यावरून सरळ रेषा काढता येईल. खाली दिलेल्या आकृतीमध्ये (2.8) सरळ रेषा काढलेली आहे. तिचा चढ m आहे व दोन निबंधक दिलेले आहेत. ते समजा (x_1, y_1) (x_2, y_2) असे आहेत; आपण त्याच रेषेवरील कुठलाही सर्व साधारण एक असाच मानलेला बिंदू घेऊ व त्याचे निबंधक (x, y) आहेत असे मानू.

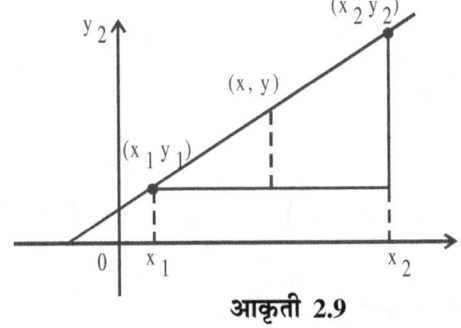

आकृती 2.9

आता आकृती पाहाता आपल्या असे लक्षात येईल की m काढण्यासाठी आपल्याकडे दोन प्रमाणे मिळाली.

(1) $\dfrac{y - y_1}{x - x_1} = m$ (२) $\dfrac{y_2 - y_1}{x_2 - x_1} = m$

आता वर सांगितल्याप्रमाणे जर दोन्ही निबंधक माहीत असतील, तर

(1) $y - y_1 = \dfrac{y_2 - y_1}{x_2 - x_1} (x - x_1)$ असे आणि जर एक निबंधक आणि चढ दिलेला

असेल तर (2) $y - y_1 = m (x - x_1)$ असे सूत्र सरळ रेषा काढण्यासाठी उपयोगी पडते.

- नमुना उदाहरण (1) $m = \dfrac{1}{2}$ असेल आणि एका बिंदूचे निबंधक (3,2)

असतील तर सरळ रेषेचे समीकरण काढा.

उत्तर :- आपणास चढ आणि एका बिंदूचे निबंधक दिलेले आहेत.

प्रकार 1 प्रमाणे –

$$y - y_1 = m (x - x_1)$$

$$y - 2 = \dfrac{1}{2} (x - 3)$$

$$2y = x + 1$$

- नमुना उदाहरण (2) (3,2) आणि (9,5) या निबंधकांतून जाणाऱ्या रेषेचे समीकरण लिहा.

उत्तर :- प्रकार 1 प्रमाणे –

$$\dfrac{y - y_1}{y_2 - y_1} = \dfrac{x - x_1}{x_2 - x_1}$$

$$\dfrac{y - 2}{5 - 2} = \dfrac{x - 3}{9 - 3}$$

$$6 (y - 2) = 3 (x - 3)$$

$$2y = x + 1$$

या दोन प्रकारांव्यतिरिक्त $y = mx + c$ या स्वरूपातील सरळ रेषेचे समीकरण हा तिसरा प्रकार असतो.

2.12 दोन बिंदूंमधील अंतर

$(x_1, y_1) (x_2, y_2)$ असे निबंधक असलेल्या रेषेच्या दोन बिंदूंमधील अंतर कसे काढायचे त्याचा अभ्यास करू.

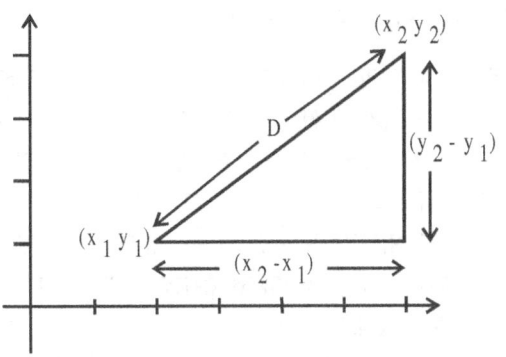

आकृती 2.10 (अ)

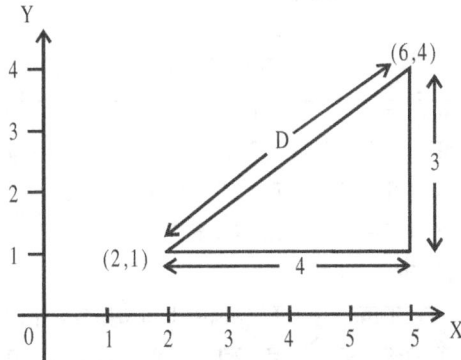

आकृती 2.10 (आ)

आपण शाळेत शिकलेल्या पायथागोरसच्या सिद्धांताचा उपयोग करू. या दोन बिंदूंमधील अंतराला आपण D नाव देऊ. आता,

$$D^2 = (y_2 - y_1)^2 + (x_2 - x_1)^2$$

स्वाभाविकच,

$$D = \sqrt{(y_2 - y_1)^2 + (x_2 - x_1)^2}$$

वरील आकृती (आ) मध्ये जे निबंधक दिलेले आहेत. त्यावरून आपण D काढू शकतो.

$$D = \sqrt{(4-1)^2 + (6-2)^2} = \sqrt{3^2 + 4^2} = \sqrt{25} = 5$$

आता स्व अभ्यास मधील 2.6.5 हा प्रश्न सोडवा.

2.13 समीकरणे व आलेख यांचा संबंध

मागील प्रकरणात आपण समीकरणे पाहिली. ही समीकरणे आपण बीजगणिती पद्धतीने सोडवली, आता आलेखाच्या पद्धतीने सोडवू. ही समीकरणे द्वि-चल पद्धतीची आहेत. या दोन्ही चलांच्या किंमती काढण्यासाठी आपल्याला दोन समीकरणांची गरज असते. जसे एक चल असेल तर एका समीकरणाने त्या चलाची किंमत काढता येऊ शकते. आता दोन माहीत नसलेली चले आहेत. त्याकरता दोन समीकरणे लागतात. अगदी अशीच जेव्हा तीन माहीत नसलेल्या चलांच्या किंमती काढायच्या असतात. तेव्हा तीन समीकरणे लागतात.

सध्या आपण दोन समीकरणे व दोन चले यांचा विचार करू.

$2x + 3y = 5$ ...... (1)

$x - 2y = 6$ ...... (2)

x आणि y ही दोन चले असलेली दोन समीकरणे आपण घेऊ.

x आणि y च्या किमती काढण्यासाठी आपल्याकडे आता दोन समीकरणांकडून मिळालेली माहिती आहे. उदाहरणार्थ, 2x आणि 3y यांची बेरीज 5 होते आणि x मधून 2y वजा केले असता 6 मिळतात; अशा दोन चलांबद्दल माहिती देणाऱ्या दोन समीकरणांना द्वि-वर्ण किंवा दोन पेक्षा जास्त चले असतील तर अनेक वर्ण (simultenious equations) समीकरण असे म्हणतात.

दिलेल्या समीकरणांपैकी एकेका समीकरणाचा आलेख कसा काढायचा, त्याचा चढ किती, त्याचे निबंधक कोणते, हे सर्व आता आपणास काढता येईल. त्यांचे आपण आलेख तयार करू. पुढील आकृतीमध्ये तसा आलेख (आकृती) काढून दाखवला आहे.

$2x + 3y = 5$ हे समीकरण आपण $3y = -2x + 5$ असे आधी आणि नंतर $y = -\frac{2}{3}x + \frac{5}{3}$ असे लिहू शकतो. आता आपल्याला $-\frac{2}{3}$ हा चढ मिळाला आणि $C = \frac{5}{3}$ मिळाला.

$x - 2y = 6$ हे समीकरण आपण $-2y = -x + 6$ असे आधी नंतर $y = \frac{1}{2}x - 3$ असे लिहू शकतो. आता आपल्याला $-\frac{1}{2}$ हा चढ मिळाला आणि $C = -3$ मिळाला.

या दोन्ही रेषांचे आलेख काढल्यानंतर या दोन रेषांचा छेदन बिंदू मिळाला व

त्यांचे निबंधक ही काढता आले. (4, –1). $x = 4, y = -1$ हे एकमेव उत्तर आपणास मिळते. दोन्ही समीकरणात दिलेल्या x आणि y संबंधीच्या सर्व अटी पाळून $(x = 4)$ आणि $(y = -1)$ या किमती आपणास मिळाल्या.

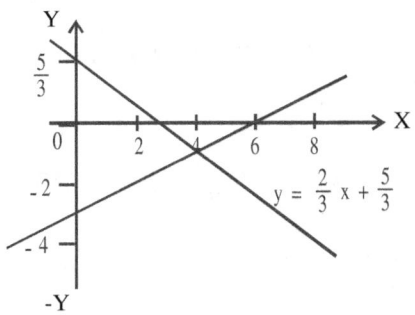

आकृती 2.11

याचा अर्थ कोणतीही दोन समीकरणे घेऊन आपल्याला त्याची सरळ रेषेची समीकरणे बनवता येतील. मात्र, त्या दोन रेषा एकमेकांना छेदतील असे नाही; जर त्या रेषांचे चढ समान असतील, दिशा समान असतील तर त्या रेषा एकमेकांना समांतर जातील व एकमेकांना छेदणार नाहीत. रेषा एकमेकांना छेदल्याच नाहीत तर x आणि y च्या किमती मिळणार नाहीत म्हणजे अशा समीकरणाचे उत्तर येणार नाही. उदाहरणार्थ, $2x + 3y = 1$ आणि $2x + 3y = 5$ या समीकरणाचे उत्तर येणारच नाही.

समजा $x - 2y = 6$ आणि $2x - 4y = 12$ अशी समीकरणे असतील तर काय होईल? या समीकरणांकडे जर नजर टाकली तर असे लक्षात येईल की पहिल्या समीकरणाला 2 ने गुणल्यास दुसरे समीकरण मिळते आहे. म्हणजे पहिल्या समीकरणाच्या रेषेच्या बिंदूंवरच (Coincidence) तशीच दुसरी रेषा काढल्यासारखे होईल. पहिल्या रेषेचा प्रत्येक बिंदू दुसऱ्या रेषेला मिळालेला असेल, म्हणून अशा समीकरणाची अगणित उत्तरे येतील.

आता आपण द्वि-वर्ण समीकरणाचा विचार करू.

2.14 द्वि-वर्ण समीकरणे

आलेखाच्या आधारे आपण द्वि-वर्ण समीकरण सोडवले. त्यात समीकरणाची प्रत्यक्ष घडामोड पहाणे सोपे जाते. परंतु, अचूक उत्तर काढणे जरा अवघड आहे. म्हणून आलेखापेक्षासुद्धा बीजगणिती पद्धतीने द्वि-वर्ण समीकरणे सोडवण्याची पद्धत रूढ आहे. बीजगणितात देखील द्वि-वर्ण समीकरण सोडवण्याच्या अनेक पद्धती

आहेत. समीकरणाच्या स्वरूपावर कोणती पद्धती स्वीकारायची ते ठरवायचे. वरील उदाहरणातीलच समीकरणे घेऊन आपण बीजगणिती पद्धत समजावून घेऊ.

$$2x + 3y = 5 \qquad \ldots\ldots (1)$$
$$x - 2y = 6 \qquad \ldots\ldots (2)$$

पद्धत 1 – योजना पद्धत (Substitution Method)

समीकरण (2) नुसार,

$$x = 2y + 6$$

आता x ऐवजी 2y + 6 हे पद आपण समीकरण (1) मध्ये घालू,

$$2x + 3y = 5$$
$$2(2y + 6) + 3y = 5$$
$$4y + 12 + 3y = 5$$

हे 'y' या एकाच चलातील समीकरण मिळाले. आता ते सोडवू.

$$7y = 5 - 12 = -7$$
$$\therefore y = -1$$

y = –1 (x ऐवजी (2y + 6) पदाची योजना करून आपल्याला y ची किंमत मिळाली.)

ही y ची किंमत समीकरण (2) मध्ये घालू,

$$x - 2(-1) = 6$$
$$x + 2 = 6$$
$$x = 6 - 2 = 4 \text{ (आता x चीही किंमत मिळाली)}$$
$$x = 4$$
$$\therefore y = -1$$

पद्धत 2. निरास पद्धत (Elimination Method)

$$2x + 3y = 5 \qquad \ldots\ldots (1)$$
$$x - 2y = 6 \qquad \ldots\ldots (2)$$

या पद्धतीमध्ये x किंवा y यांची पूर्ण वजावट करता येईल अशा पद्धतीने समीकरण बदलून घ्यायचे असते. त्याकरता दिलेल्या समीकरणांचा आधी थोडा अभ्यास करावा. दिलेल्या x किंवा y ची कशा पद्धतीने वजावट करता येईल ते पहावे. उदाहरणार्थ – समीकरण (2) ला 2 ने गुणले तर समीकरण (2) पुढीलप्रमाणे तयार होईल.

$$2x + 3y = 5 \qquad \ldots\ldots (1)$$
$$2x - 4y = 12 \qquad \ldots\ldots (2)$$

समीकरण (1) मधून समीकरण (2) वजा करा.

$$\begin{aligned} \cancel{2x} + 3y &= 5 \quad \text{.....(1)} \\ \cancel{2x} + 4y &= -12 \quad \text{.....(2)} \\ \hline 7y &= 7 \\ y &= -1 \end{aligned}$$

ही किंमत समीकरण (2) मध्ये घाला.

$$\begin{aligned} x - 2(-1) &= 6 \\ x &= 6 - 2 \\ x &= 4 \end{aligned}$$

याचप्रमाणे ही किंमत समीकरण (1) मध्ये घालून सुद्धा उत्तर मिळेल.

y ची किंमत काढण्यासाठी आपण समीकरण (2) ला –2 ने गुणून देखील वापरू शकतो, त्यामुळे वजाबाकी ऐवजी बेरीज करून उत्तर मिळेल. समीकरण (2) ला –2 ने गुणा आणि समीकरण (1) व (नव्या 2) ची बेरीज करा, तरीही हेच उत्तर मिळेल.

लक्षात ठेवा –

वजाबाकी करताना वजा चिन्हे आली की चुका होण्याची शक्यता वाढते. त्यामुळे समीकरणे आधी नीट पहा, कुठल्या संख्येने गुणायचे ते ठरवा, आणि मग बेरीज करायची की वजाबाकी ते ठरवा. चुका कमी करण्याचा हा एकमेव मार्ग आहे.

द्वि-वर्ण समीकरणामध्ये दोन चले आहेत आणि दोन समीकरणे आहेत. काही वेळेस जास्त चले असतात. जेवढी चले (ज्यांच्या किंमती काढायच्या आहेत अशी) तेवढी समीकरणे असतील तर अडचण येत नाही. एका चलाच्या किमती दुसऱ्या चलात घालून एकेका चलाच्या किमती मिळवता येतात. परंतु, जेव्हा चलांच्या संख्येपेक्षा समीकरणांची संख्या कमी असते तेव्हा मात्र सर्व चलांची मूल्ये काढता येत नाहीत.

खालील उदाहरणे सोडवण्याचा प्रयत्न करा.

(1)
$$\begin{aligned} 3x - 2y &= 21 \text{.... (1)} \\ 2x + 5y &= -5 \text{.....(2)} \end{aligned}$$

(2)
$$\begin{aligned} \frac{x}{3} - \frac{y}{2} + 1 &= 0 \text{ .....(1)} \\ 6x + y + 8 &= 0 \text{.....(2)} \end{aligned}$$

साधारण कृती–

(1) पहिल्या उदाहरणात समीकरण (1) ला 2 ने आणि समीकरण (2) ला – 3 ने गुणा. त्यावरून आपणास पुढील समीकरणे मिळतील.

$$6x - 4y = 42 \qquad \dots (1)$$
$$-6x - 15y = 15 \qquad \dots (2)$$

..... समीकरण (1) व (2) ची बेरीज करा.

$$-19y = 57$$
$$y = -3$$

$y = -3$ ही y ची किंमत कोणत्याही एका समीकरणात घातली की x ची किंमत मिळेल.

$x = 5$ आहे.

(2) प्रश्न (2) मध्ये

प्रथम अपूर्णांकापासून सुटका करून घेऊ. समीकरण (1) ला 6 ने गुणा, आणि समीकरण (2) ला 3 ने गुणा. आता,

$$2x - 3y + 6 = 0 \qquad \dots (1)$$
$$18x + 3y + 24 = 0 \qquad \dots (2)$$

..... समीकरण (1) व (2) ची बेरीज करा.

$$20x + 30 = 0$$
$$20x = -30$$
$$x = -\frac{3}{2} = -1.5$$

$x = -\dfrac{3}{2}$ ही x ची किंमत कोणत्याही एका समीकरणात घातली की y ची किंमत मिळेल.

$y = 1$ आहे.

आता एक अगदी वेगळ्या प्रकारचे उदाहरण घेऊ.

$$\frac{6}{x} - \frac{2}{y} = \frac{1}{2} \qquad \dots (1)$$

$$\frac{4}{x} - \frac{3}{y} = 0 \qquad \dots (2)$$

आपली पहिली प्रतिक्रिया म्हणजे अपूर्णांक काढून समीकरण सरळ करून घेणे. तसे करायचे झाले तर समीकरण (1) ला $2xy$ ने गुणायला हवे आणि

समीकरण (2) ला xy ने गुणायला हवे; तसे केल्यास आपणास पुढील समीकरणे मिळतील.

$$12y - 4x = xy \qquad .....(1)$$

$$4y - 3x = 0 \qquad .....(2)$$

हे जरा विचित्र वाटते; म्हणून आपण जर $X = \dfrac{1}{x}$ आणि $Y = \dfrac{1}{y}$ गृहीत धरले, तर

$$6X - 2Y = \dfrac{1}{2} \qquad ..... (3)$$

$$4X - 3Y = 0 \qquad ......(4)$$

आता ही समीकरणे बरोबर दिसू लागली. समीकरण (3) ला 2 ने आणि समीकरण (4) ला –3 ने गुणल्यास

$$\cancel{12X} - 4Y = 1 \qquad .... (3)$$

$$\cancel{12X} + 9Y = 0 \qquad ......(4)$$

..... समीकरणाची बेरीज करा.

$$5Y = 1$$

$$y = 5$$

$y = 5$ किंमत कोणत्याही समीकरणात घातल्यास $x = \dfrac{20}{3}$ अशी x ची किंमत मिळते.

2.14 स्वअभ्यास 7

खाली दिलेली समीकरणे सोडवा.

2.14.1 $5a - 2b = 68$ .... (1)

            $3a + b = 10$ ..... (2)

2.14.2 $5p - 2q = 9$ ......(1)

            $2p + 5q = -8$ ......(2)

2.14.3 $\dfrac{x}{8} - y = -\dfrac{5}{2}$ ......(1)

            $3x + \dfrac{y}{3} = 13$ ......(2)

2.14.4 $\qquad \dfrac{3}{x} + \dfrac{4}{y} = 0 \qquad \qquad ......(1)$

$\qquad \dfrac{2}{x} - \dfrac{2}{y} = 7 \qquad \qquad .....(.2)$

2.15 समीकरणे व अर्थशास्त्र

आतापर्यंत एक वर्ण समीकरणे, आलेख आणि द्वि-वर्ण समीकरणे यांची तयारी झाली. आता ही सर्व समीकरणे अर्थशास्त्रात कशी उपयोगी पडतात ते पहायचे आहे. एक चल संबंधामध्ये एकच फलनसंबंध दर्शविलेला असतो. त्या द्वि-वर्ण समीकरणामध्ये दोन चलांमध्ये एक कार्यात्मक फलनसंबंध असतो. त्या दोन माहीत नसलेल्या चलांची मूल्ये किंवा किमती काढणे म्हणजे द्वि-वर्णीय समीकरणे सोडवणे होय.

अर्थशास्त्रातील मागणी व पुरवठा यांची विश्लेषणे ही नेहमी द्वि-वर्ण समीकरणाद्वारे दर्शविली जातात. ती आलेखाच्या आधारे देखील सोडवता येतात तसेच बीजगणिती पद्धतीने देखील सोडवता येतात. समजा, पूर्ण स्पर्धात्मक बाजारपेठेमध्ये p = 420 – 0.2q हे मागणी समीकरण आहे आणि p = 60 + 0. 4q हे पुरवठा समीकरण आहे; जर बाजार समतोलात असेल तर वस्तूची किंमत व नग संख्या काढण्यासाठी मागणी व पुरवठा यांचे वक्र एकमेकांना कोठे छेदतात ते पाहिले पाहिजे; जर मागणी व पुरवठावक्रावर असलेला असा एकच बिंदू आपणास मिळू शकला तर p व q ची मूल्ये या दोन समीकरणाद्वारे कळतील. म्हणजेच थोडक्यात जेव्हा बाजार समतोलात असेल तेव्हा मागणी व पुरवठ्याची दिलेली ही समीकरणे द्वि-वर्ण समीकरणे म्हणून उपयोगी पडतील.

आता वर दिलेले समीकरण सोडवू.

$\qquad \qquad$ p $\quad$ = 420 – 0.2q $\qquad$ .....(1)
$\qquad \qquad$ p $\quad$ = 60 + 0. 4q $\qquad$ .....(2)

दोन्ही p समान आहेत त्यामुळे दोन्ही समीकरणे एकमेकांच्या बरोबरीत मांडली तर आपोआपच एकवर्णीय समीकरण तयार होईल व उत्तर काढणे सोपे जाईल.

$\qquad \qquad 420 - 0.2q \quad = 60 + 0. 4q$
$\qquad \qquad -0.2q - 0. 4q \quad = 60 - 420$
$\qquad \qquad -0.6q \quad = -360$
$\qquad \qquad q \quad = 600$

q ची आलेली किंमत एका समीकरणात घालू.

$$420 - 0.2q = p$$

$$420 - 0.2\,(600) = p$$

$$420 - 120 = 300 = p$$

हे समीकरण आपल्याला आलेखाच्या आधारे देखील काढायला सोपे जाते. पहा.

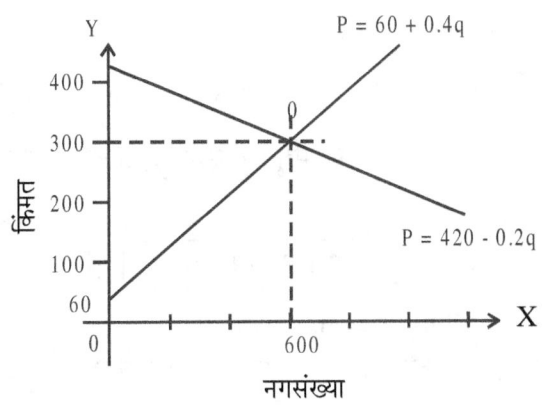

आकृती 2.12

वरील आकृतीमध्ये मागणी व पुरवठा एक रेषीय फलने दर्शवलेली आहेत. त्यांचा छेदन बिंदू x आहे. त्या x ची मूल्ये काढण्यासाठी 'य' अक्षावर व 'क्ष' अक्षावर लंब टाकावे लागतील आणि आलेखाच्या कागदावर मोजावे लागेल. 'x' चे निबंधक म्हणजे (p, q) ची मूल्ये आहेत. (300, 600) असे हे निबंधक येतील.

महत्त्वाचे –

- हे लक्षात घेतले पाहिजे की प्रत्येक द्वि वर्णीय समीकरण सोडवता येतेच असे नाही.
- प्रत्येक चलाचे एकमेव उत्तर हवे असेल तर जेवढी चले आहेत तेवढी समीकरणे असलीच पाहिजेत.

कधी कधी ही अट पूर्ण करूनही द्वि-वर्णीय समीकरण सोडवता येतेच असे नाही. दोन्ही आलेख वक्र (रेषीय फलने) एकाच दिशेने जाणारे व सारख्या चढाचे असतील तर ते एकमेकांना समांतर जातील व कधीच एकमेकांना छेदणार नाहीत. उदाहरणार्थ, आता ही समीकरणे पहा.

या समीकरणांचे आलेख काढून पहा. ते खालील प्रमाणे दिसतील.

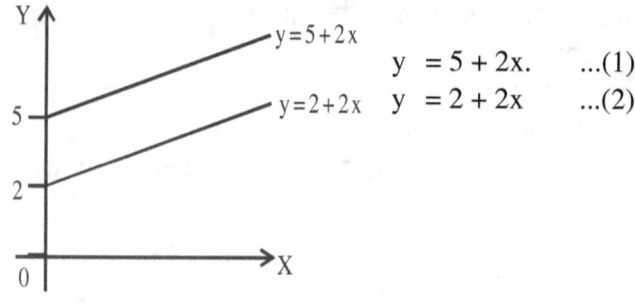

$$y = 5 + 2x. \quad ...(1)$$
$$y = 2 + 2x \quad ...(2)$$

आकृती 2.13

या दोन समांतर जाणाऱ्या रेषांमधून काहीही एक उत्तर मिळू शकत नाही. त्यांना छेदन बिंदूच नाही.

2.1 स्वअभ्यास 8

सरावासाठी पुढील उदाहरणे सोडवा.—

आलेख कागद वापरून खालील समीकरणे आलेखित करा व शक्य असल्यास छेदन बिंदू सांगा.

2.15.1 पूर्णस्पर्धात्मक बाजारामध्ये मागणी व पुरवठ्याची समीकरणे अनुक्रमे पुढील प्रमाणे आहेत. त्यावरून p व q च्या समतोल किमती काढा.

(अ) $p = 9 - 0.075q$ आणि $p = 2 + 0.1q$

(आ) $q = 80 - 0.8p$ आणि $p = 10 + 0.1q$

(इ) $p = -2 + 0.5q$ आणि $q = 2p - 9$

2.16 ना नफा ना तोटा

- **नमुना उदाहरण**

(1) समजा एका उत्पादन संस्थेचा एका नगाच्या उत्पादनाचा खर्च रु. 18 आहे. दर महिन्याला जेवढे नग तयार होतात तेवढे सर्व विकले जातात. त्या उत्पादनसंस्थेला रु. 240 हा ठराविक खर्च करावा लागतो आणि शिवाय प्रत्येक उत्पादनामागे रु. 14 इतका सीमान्त खर्च आहे. ना नफा ना तोटा बिंदू गाठण्यासाठी उत्पादन संस्थेला किती उत्पादन करावे लागेल ते काढा.

उत्तर — या उत्पादन संस्थेचे एकूण उत्पन्न (महसूल) म्हणजे वस्तूची किंमत गुणिले नग संख्या (उत्पादन).

वस्तूची किंमत = $p = 18$. म्हणून TR = एकूण उत्पन्न = $pq = 18q$.

संस्थेचा एकूण खर्च म्हणजे स्थिर खर्च अधिक बदलता खर्च = TC

$$TC = 240 + 14q$$
$$TR = 18q$$
$$TR = TC = \text{ना नफा, ना तोटा}$$
$$18q - 14q = 240$$
$$4q = 240$$
$$q = 60$$

ना नफा ना तोटा बिंदू गाठण्यासाठी उत्पादन संस्थेला 60 नगांचे उत्पादन करावे लागेल आता आपण आलेख पाहू.

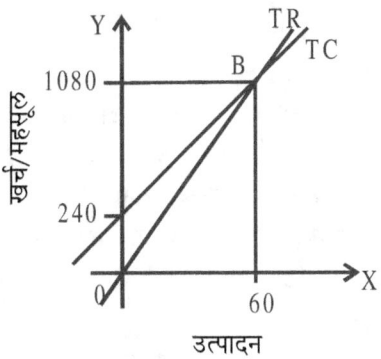

आकृती 2.14

2.16 स्वअभ्यास 8

2.16.1 पूर्णस्पर्धात्मक बाजारामध्ये मागणी व पुरवठ्याची समीकरणे अनुक्रमे पुढील प्रमाणे आहेत. त्यावरून p व q च्या समतोल किमती काढा.
$$p = 610 - 3q \text{ आणि } p = 20 + 2q$$

2.16.2 पूर्णस्पर्धात्मक बाजारामध्ये मागणी समीकरण $p = 610 - 3q$ आणि पुरवठा समीकरण $p = 50 + 40q$ आहे तर p व q ची मूल्ये काढा. समजा सरकारने प्रत्येक वस्तूवर रु. 14 कर आकारला, तर p आणि q मध्ये काय फरक पडेल?

2.16.3 एक कंपनी एका उत्पादनाची x नगसंख्या उत्पादित करते आणि प्रति उत्पादन रु. 25 प्रमाणे किंमत आकारते. कंपनीचा स्थिर खर्च रु. 200 आहे. आणि सीमान्त खर्च रु. 20 प्रति नग आहे. तर फायदा होण्यासाठी x ची नग संख्या काढा. जर किंमत रु. 24 करावी लागली तर ना नफा ना

तोटा उत्पादन किती ते काढा.

2.16.4 जर y = 16 + 22x आणि y = –2.5+30.8x तर x आणि y च्या किंमती काढा.

आता जरा वेगळे उदाहरण घेऊ–

उदाहरण – केन्सच्या राष्ट्रीय उत्पन्नाच्या प्रतिमानानुसार $Y = C + I$

$$C = 40 + 0.5Y$$
$$I = 200$$

आता,

$$Y = 40 + 0.5Y + 200$$
$$Y - 0.5Y = 200 + 40$$
$$0.5Y = 240$$
$$Y = 480$$

2.16.5 एका ग्राहकापाशी रु. 260 आहेत, ते तो अ आणि 'ब' या दोनच वस्तूंवर पूर्णपणे खर्च करतो. 'अ' ची किंमत रु. 5 तर 'ब' ची किंमत रु. 10 आहे. 'अ' ची किंमत एक रुपयाने वाढली आणि 'ब' ची किंमत दोन रुपयांनी कमी झाली. आता दोन्ही किमतींना आणि आहे त्याच उत्पन्नामध्ये ग्राहकाचे समाधान करेल अशी 'अ' आणि 'ब' ची अशी संख्या शोधा. आकृती काढा.

2.16.6 केन्सच्या राष्ट्रीय उत्पन्नाच्या प्रतिमानानुसार

$$Y = C + I \quad \text{.... दिलेले समीकरण}$$
$$C = 20 + 0.06Y \quad \text{..... उपभोग फलन}$$
$$I = 60 \quad \text{..... गुंतवणूक}$$

राष्ट्रीय उत्पन्न = Y ची किंमत काढा.

2.16.7 सोडवा–

$$600 = 3x + 0.5y$$
$$52 = 1.5y - 0.2x$$

वरील गणितांसाठी थोडे मार्गदर्शन–

2.16.1 पहिले समीकरण मांडा –

$$240 = 5 अ + 10 ब$$

दुसरे समीकरण मांडा –

$$240 = 6अ + 8 ब$$

आता दोन्ही समीकरणे सोडवा. अ = 24 आणि ब = 12 अशा किमती

मिळतील. – आलेख काढण्यासाठी क्ष अक्षावर 'अ' आणि 'य' अक्षावर 'ब' मोजा. ग्राहकाजवळ असलेली रक्कम पूर्णपणे 'अ' वर खर्च झाली असती तर आणि पूर्णपणे 'ब' वर खर्च झाली असती तर असा विचार करून बजेट रेषा आखून घ्या. त्यांच्या छेदन बिंदूला दोन्ही किमतींना आणि दिलेल्या उत्पन्नामध्ये समाधानकारक अशा 'अ' आणि 'ब' च्या नगसंख्या मिळतील.

2.16.2 हे उदाहरण अगदी वर सोडवून दाखवलेल्या गणिताप्रमाणेच करायचे आहे. उत्तर Y = 200.

2.16.3 समीकरण (2) ला 2 ने गुणा. वजाबाकी करा. Y = 551.11 आणि x = 108.15 बघा पाहू बरोबर आहे का?

सरावासाठी आणखी उदाहरणे –

2.16.8 चप्पल बनविणाऱ्या एका नामांकित कंपनीचा स्थिर खर्च (काहीही उत्पादन नसताना) रु. 300 प्रतिदिन आहे. आणि चपलांचे उत्पादन 100 असताना एकूण खर्च रु. 4300 प्रतिदिन आहे. खर्च फलन उत्पादनाशी रेषीय आहे असे गृहीत धरा आणि (1) उत्पादन 0 आणि 100 असताना – म्हणजेच (0, 300) व (100, 4300) असे निबंधक घेऊन येणाऱ्या रेषेचा उतार काढा. (2) उत्पादन आणि खर्चाचे रेषीय फलन लिहा. (3) त्याच रेषीय फलनावरून खर्च वक्र काढा.

2.16.9 विशिष्ट घड्याळे बनविणाऱ्या कंपनीने आपल्या मागणीचा जेव्हा अभ्यास केला तेव्हा त्यांच्या असे लक्षात आले की, घड्याळांची किंमत रु. 88 प्रति नग असताना 2000 घड्याळांची मागणी होते आणि किंमत रु. 38 असताना 12000 घड्याळे खपतात. किंमत व मागणी मधील रेषीय फलन गृहीत धरून p(x) = mx + b या स्वरूपातील रेषीय फलन काढा. घड्याळांची मागणी 8000 असताना किंमत काय असेल? 15000 मागणी असताना किंमत काय असेल?

2.16.10 वर्गातील फळे बनविणाऱ्या एका कंपनीचा स्थिर खर्च रु. 200 प्रतिदिन आहे आणि दर दिवशी जर 20 फळे बनविले तर एकूण खर्च रु. 3800 आहे. (1) एकूण खर्चाचे एकूण उत्पादनाशी रेषीय फलन गृहीत धरा C (x) आणि खर्च फलन लिहा. (2) दर दिवशी 12 फळे बनविले तर एकूण खर्च किती होईल? (3) 0 < x < 20 धरून फलनाचा आलेख काढा.

◆◆

प्रकरण

३

गुणोत्तर, प्रमाण, शेकडेवारी व व्याज
(Ratio, Proportion, Percentage and Interest)

● 3.1 स्व अभ्यास ● 3.2 गुणोत्तर व प्रमाण ● 3.2.1 परंपरित प्रमाण ● 3.2.2 गुणोत्तराचे गुणधर्म ● 3.3 काही नमुना उदाहरणे ● 3.4 शेकडेवारी ● 3.5 शेकडेवारी – एक गुणोत्तर ● 3.6 मागणीची लवचिकता ● 3.7 पुरवठ्याची लवचिकता ● 3.8 नफा-तोटा ● 3.9 सरळव्याज ● 3.10 चक्रवाढव्याज

गुणोत्तर व प्रमाण आणि शेकडेवारी हे विषय शाळेत 10 वी पर्यंत कधी ना कधी झालेले आहेत. त्याची उजळणी करून पुन्हा नव्याने त्याच्याकडे अर्थशास्त्राच्या दृष्टिकोनातून पाहावयाचे आहे. अर्थशास्त्रामध्ये या तीनही बाबी खूपच महत्त्वाच्या आहेत. त्या जरी शाळेत शिकलेल्या असल्या तरी शालेय शिक्षणाचा दृष्टिकोन आणि आताचा महाविद्यालयातील दृष्टिकोन यात फरक आहे. शिवाय आपला भर हा जास्त करून अर्थशास्त्रीय उदाहरणे सोडवण्यावर राहणार आहे.

मागील प्रकरणात जसा स्वअभ्यासाने सराव केला तसाच आता करू.

3.1 स्व-अभ्यास 1

3.1.1 2 : 3 आणि 5 : 7 यापैकी मोठे गुणोत्तर कोणते?

3.1.2 $\frac{2}{5}$ आणि $\frac{3}{4}$ यापैकी मोठे गुणोत्तर कोणते?

3.1.3 196 मीटर लांबी असलेल्या दोरीचे 4 : 3 असे भाग करायचे आहेत, तर प्रत्येक भागाची लांबी काढा.

3.1.4 एका गावाची लोकसंख्या 2 लाख 25 हजार आहे. गावातील साक्षर व निरक्षर लोकांचे प्रमाण 3 : 2 आहे तर गावातील साक्षर व निरक्षर लोकांची संख्या काढा.

3.1.5 x आणि y यांची आजची वये अनुक्रमे 14 आणि 10 आहेत. आणखी किती वर्षांनी त्यांच्या वयाचे गुणोत्तर 5 : 4 होईल?

3.1.6 दोन संख्यांचे गुणोत्तर 5 : 3 आहे आणि त्यांच्या वर्गाची बेरीज 306 आहे तर त्या संख्या काढा.

3.1.7 21, 38, 55, 106 या संख्यांतून कोणती संख्या वजा करावी म्हणजे येणाऱ्या संख्या प्रमाणात असतील?

3.1.8 550 सें. मी. चे 2.20 मीटरशी असलेले गुणोत्तर काढा.

3.1.9 $(30 + x) : (23 + x) = 5:4$ तर $x =$ .....

वरील उदाहरणे गुणोत्तर प्रमाणाची आहेत. एका उत्तराला 2 गुण याप्रमाणे आपली आपण तपासून पहा. खाली उत्तरे दिली आहेत. 10 पेक्षा कमी गुण मिळाले असतील तर पुढील प्रकरण अभ्यासायला हवे.

उत्तरे :

(1) $\dfrac{5}{7}$ (2) $\dfrac{3}{4}$ (3) 112, 84

(4) 1,35,000, 90000   (5) 6   (6) 15:9

(7) 4   (8) 5:2   (9) 5

3.2 गुणोत्तर व प्रमाण

जेव्हा दोन किंवा अधिक बाबींबाबत संख्यात्मक तुलना करायची असते तेव्हा गुणोत्तर आणि प्रमाणाचा वापर करतात. दोन विद्यार्थ्यांचे गुण, त्यांची उंची, वजने यांची एकमेकांशी तुलना करताना एकाचे दुसऱ्याशी असलेले प्रमाण यांची तुलना केली जाते. आपल्या व्यवसायात होणारा नफा, तोटा, भागीदारीत असलेले आपले भांडवल व त्या प्रमाणात मिळणारा नफा, कर हे सर्व गुणोत्तर व प्रमाणाशी संबंधित आहे.

तुलना करताना आपण नेहमी ..... पेक्षा लहान .... किंवा .... पेक्षा मोठे असे शब्द वापरतो. किंवा एकपट, दुप्पट तिप्पट असे शब्द वापरतो. समजा 'अ' ला अर्थशास्त्रात 50 पैकी 20 व 'ब' ला 50 पैकी 40 गुण मिळाले तर आपण 'अ' ला 'ब' पेक्षा कमी गुण मिळाले असे म्हणतो. ही तुलना आपण दोन प्रकारे करू शकतो.

(1) 'ब' ला 'अ' पेक्षा 20 गुण जास्त मिळाले किंवा

(2) 'ब' ला 'अ' च्या दुप्पट गुण मिळाले.

पहिल्या प्रकारात आपण वजाबाकी केली, तर दुसऱ्या प्रकारात आपण भागाकार केला. हा भागाकार करताना दुसऱ्याला जेवढे गुण मिळाले त्याने पहिल्याच्या गुणांना भागले. उदाहरणार्थ, $\frac{20}{40}$ करून आपण असे म्हणू शकतो की, दोघांना $\frac{1}{2}$ अशा पटीत गुण मिळाले. इथे आपण $\frac{1}{2}$ याचा अर्थ अर्धा असा घेणार नाही तर 1 : 2 (एकास दोन) असा घेणार आहोत; म्हणून गुणोत्तराची व्याख्या करताना आपण असे म्हणू शकतो की, जेव्हा संख्यांची भागाकाराने एकमेकांशी तुलना केली जाते तेव्हा त्याला 'गुणोत्तर' असे म्हणतात.

जर $\frac{a}{b} = \frac{c}{d}$ तर a, b, c, d या संख्या प्रमाणात आहेत असे म्हणतात आणि a : b :: c : d असे लिहितात. या पदांना आपापली नावे आहेत. उदाहरणार्थ, a हे पहिले प्रमाणपद, b हे दुसरे प्रमाणपद, c हे तृतीय प्रमाणपद आणि d हे चतुर्थ प्रमाणपद आहे. a आणि d ही अंत्य पदे आहेत आणि b आणि c ही मध्यम पदे आहेत.

जर $\frac{a}{b} = \frac{c}{d}$ तर

$\therefore$ ad = bc

अंत्यपदांचा गुणाकार = मध्यमपदांचा गुणाकार

3.2.1 परंपरित प्रमाण − (Continuous Ratio)

जर $\frac{a}{b} = \frac{b}{c}$ तर a, b, c या तीन संख्या परंपरित प्रमाणात आहेत असे म्हणतात किंवा आपण असेही म्हणू शकतो की, जर a, b, c या परंपरित प्रमाणात असतील तर $\frac{a}{b} = \frac{b}{c}$ म्हणजेच $b^2 = ac$ किंवा $b = \sqrt{ac}$ द्वितीय पद b ला भूमिती मध्य किंवा a आणि c चे म्हणजे पहिल्या व तिसऱ्या प्रमाण पदाचे मध्यम प्रमाणपद म्हणतात.

गुणोत्तर आणि प्रमाणामध्ये ज्या दोन बाबींची तुलना करायची त्या दोन संख्या एकाच प्रकारातील म्हणजे समान राशीतील असाव्यात. म्हणजे वरील उदाहरणात एका ठराविक (अर्थशास्त्र) विषयातील गुण ते सुद्धा दोन्ही 50 पैकी असल्याने तुलना शक्य झाली. 'अ' चे गुण समाजशास्त्रातील असतील आणि 'ब' चे अर्थशास्त्रातील

असतील तर अशी तुलना शक्य होणार नाही. हीच बाब आपणास अशीही सांगता येईल की जेव्हा समान राशी त्याचबरोबर समान एकक वापरले जाणार असतील तरच अशी तुलना शक्य आहे. उदाहरणार्थ एक संख्या ग्रॅममधील आणि दुसरी संख्या सेकंदातील असेल तर तुलनाच होऊ शकत नाही; म्हणून दोन्ही संख्या एकाच एककातील आणि एकाच प्रकारातील असाव्यात.

व्याख्या – जर a आणि b या एकच एकक असलेल्या दोन राशी असतील

आणि $b \neq 0$ तर $\dfrac{a}{b}$ म्हणजे a चे b शी असलेले गुणोत्तर असे वाचन करतात आणि

a : b असे लिहितात.

3.2.2 गुणोत्तराचे गुणधर्म –

(1) गुणोत्तराच्या दोन्ही पदांना शून्याव्यतिरिक्त कोणत्याही संख्येने भागले अथवा गुणले असता गुणोत्तर बदलत नाही.

(2) जर $x = ky$ असेल तर x आणि y सम प्रमाणात असतात आणि जर

$x = \dfrac{k}{y}$ असेल तर x आणि y व्यस्त प्रमाणात आहेत असे म्हटले जाते.

(3) a : b आणि c : d या गुणोत्तरात जर

   (अ) $a \times d = c \times b$ असेल तर a : b = c : d असते.

   (आ) $a \times d > c \times b$ असेल तर $\dfrac{a}{b} > \dfrac{c}{d}$ आणि a : b > c : d असते.

   (इ) $a \times d < c \times b$ असेल तर $\dfrac{a}{b} < \dfrac{c}{d}$ आणि a : b < c : d असते.

(4) **व्यस्त क्रिया** म्हणजे जर $\dfrac{a}{b} = \dfrac{c}{d}$ तर $\dfrac{b}{a} = \dfrac{d}{c}$ (गुणाकार व्यस्त होतो.)

(5) **एकांतर क्रिया** $\dfrac{a}{b} = \dfrac{c}{d}$ तर $\dfrac{a}{c} = \dfrac{b}{d}$

(6) **योग क्रिया** $\dfrac{a}{b} = \dfrac{c}{d}$ तर $\dfrac{a+b}{b} = \dfrac{c+d}{d}$

(7) **वियोग क्रिया** म्हणजे $\dfrac{a}{b} = \dfrac{c}{d}$ तर $\dfrac{a-b}{b} = \dfrac{c-d}{d}$

(8) योग-वियोग क्रिया म्हणजे $\dfrac{a}{b} = \dfrac{c}{d}$ तर

$$\dfrac{a+b}{a-b} = \dfrac{c+d}{c-d}$$

(9) $a^2 : b^2$ हे $a : b$ चे द्वि गुणोत्तर आहे. (दोनदा गुणलेले)

(10) $a^3 : b^3$ हे $a : b$ चे त्रि गुणोत्तर आहे. (तीनदा गुणलेले)

(11) $\sqrt{a} : \sqrt{b}$ हे $a : b$ हे वर्गमूळ गुणोत्तर आहे.

(12) $a^{1/3} : b^{1/3}$ हे $a : b$ चे घनमूळ गुणोत्तर आहे.

हे लक्षात ठेवा –

$$\dfrac{a}{b} \ne \dfrac{a^2}{b^2}$$

(एकाच संख्येने अंश व छेदाला गुणले तरच गुणोत्तर समान असते.)

तसेच, $\dfrac{a}{b} \ne \dfrac{a^3}{b^3}$

प्रत्येक प्रकारचे उदाहरण पाहू –

(1) व्यस्त क्रिया करून उत्तर लिहा. –

(अ) $\dfrac{10}{15} = \dfrac{14}{21}$ व्यस्त क्रिया करून $\dfrac{15}{10} = \dfrac{21}{14}$

(आ) $\dfrac{a}{b} = \dfrac{5}{2}$ व्यस्त क्रिया करून $\dfrac{b}{a} = \dfrac{2}{5}$

(2) एकांतर क्रिया

$\dfrac{a}{b} = \dfrac{c}{d}$ तर $\dfrac{a}{c} = \dfrac{b}{d}$ गुणोत्तराच्या दोन्ही बाजूस $\dfrac{b}{c}$ ने गुणावे.

$\therefore \qquad \dfrac{a}{b} \times \dfrac{b}{c} = \dfrac{c}{d} \times \dfrac{b}{c}$

$$\dfrac{a}{c} = \dfrac{b}{d}$$

● नमुना उदाहरण – (1) एकांतर क्रिया करून उत्तर लिहा. –

(अ) $\dfrac{2}{3} = \dfrac{10}{15}$ $\therefore$ $\dfrac{2}{10} = \dfrac{3}{15}$

(आ) $\dfrac{a}{b} = \dfrac{5}{2}$ $\therefore$ $\dfrac{a}{5} = \dfrac{b}{2}$

(3) योग क्रिया

$\dfrac{a}{b} = \dfrac{c}{d}$ तर $\dfrac{a+b}{b} = \dfrac{c+d}{d}$ याला 'योग क्रिया' म्हणतात. साधी सोपी कृती करून आपण योग क्रिया दाखवू शकतो. उदाहरणार्थ, दोन्ही बाजूस + 1 मिळवावा.

$$\dfrac{a}{b} + 1 = \dfrac{c}{d} + 1$$

$$\therefore \quad \dfrac{a+b}{b} = \dfrac{c+d}{d}$$

अंशामध्ये छेद मिळवावा व छेदाने भागावे. ही क्रिया दोन्ही बाजूला करावी.

● नमुना उदाहरण – (2) योग क्रिया करून उत्तर लिहा.

(अ) $\dfrac{3}{4} = \dfrac{15}{20}$ तर $\dfrac{3+4}{4} = \dfrac{15+20}{20}$

$$\dfrac{7}{4} = \dfrac{35}{20}$$

(4) वियोग क्रिया –

$\dfrac{a}{b} = \dfrac{c}{d}$ तर $\dfrac{a-b}{b} = \dfrac{c-d}{d}$ याला 'वियोग क्रिया' म्हणतात. साधी सोपी कृती करून आपण वियोग क्रिया दाखवू शकतो. उदाहरणार्थ, दोन्ही बाजूतून 1 वजा करावा.

$$\dfrac{a}{b} - 1 = \dfrac{c}{d} - 1$$

$$\therefore \quad \dfrac{a-b}{b} = \dfrac{c-d}{d}$$

अंशामधून छेद वजा करावा व छेदाने भागावे. ही क्रिया दोन्ही बाजूला करावी.

● नमुना उदाहरण - (3) वियोग क्रिया करून उत्तर लिहा.

(अ) $\dfrac{3}{4} = \dfrac{15}{20}$ तर वियोग क्रिया करून $\dfrac{3-4}{4} = \dfrac{15-20}{20}$

$\therefore \dfrac{-1}{4} = \dfrac{-5}{20}$

(5) योग-वियोग क्रिया –

$\dfrac{a}{b} = \dfrac{c}{d}$ तर $\dfrac{a+b}{a-b} = \dfrac{c+d}{c-d}$

योगक्रिया करून

$$\dfrac{a}{b} = \dfrac{c}{d}$$

$\therefore \qquad \dfrac{a+b}{b} = \dfrac{c+d}{d}$

यावर आता एकांतर क्रिया करून

$\therefore \qquad \dfrac{a+b}{c+d} = \dfrac{b}{d} \qquad\qquad ..... \text{I}$

परत एकदा मूळ गुणोत्तरावर वियोगक्रिया करू

$$\dfrac{a}{b} = \dfrac{c}{d}$$

$\therefore \qquad \dfrac{a-b}{b} = \dfrac{c-d}{d}$

यावर आता एकांतर क्रिया करून

$\therefore \qquad \dfrac{a-b}{c-d} = \dfrac{b}{d} \qquad\qquad ......\text{II}$

I व II वरून

$$\dfrac{a+b}{c+d} = \dfrac{a-b}{c-d}$$

आता एकांतर क्रिया करून

$$\dfrac{a+b}{a-b} = \dfrac{c+d}{c-d}$$

● नमुना उदाहरण (4)

$$\frac{3}{4} = \frac{15}{20}$$

योग-वियोग क्रिया करून

$$\frac{3+4}{3-4} = \frac{15+20}{15-20}$$

$$\therefore \qquad \frac{7}{-1} = \frac{35}{-5}$$

आता आपण अगदी सुरुवातील दिलेला 3.1 स्व-अभ्यास 1 कसा सोडवायचा ते पाहू.

3.1.1 2 : 3 आणि 5 : 7 यापैकी मोठे गुणोत्तर कोणते?

हे गणित सोडवताना असे गृहित धरू,

a : b = 2 : 3 आणि c : d = 5 : 7

$\therefore$ a $\times$ d = 2 $\times$ 7 = 14 $\therefore$ b $\times$ c = 3 $\times$ 5 = 15

$\qquad$ 15 > 14

नियम 3 (इ) नुसार,

$$\therefore \qquad b \times c > a \times d \therefore \frac{c}{d} > \frac{a}{b}$$

$\qquad$ 5 : 7 > 2 : 3

आता या प्रमाणे 3.1.2 गणित सोडवता येईल? आता पुढील उदाहरण पहा.

3.1.3 196 मीटर लांबी असलेल्या दोरीचे 4 : 3 असे भाग करायचे आहेत, तर प्रत्येक भागाची लांबी काढा.

या उदाहरणात दोरीची एकूण लांबी दिलेली आहे आणि तुकडे कोणत्या प्रमाणात करायचे तेही दिलेले आहेत आता नेमकी लांबी काढण्यासाठी कोणत्या तरी समान संख्येने या प्रमाणच्या अंश व छेदाला गुणले पाहिजे. ही समान संख्या म्हणजे x मानू. आता आपले समीकरण असे तयार होईल.

$$4x + 3x = 196$$

$$\therefore \qquad 7x = 196$$

$$\therefore \qquad x = \frac{196}{7} = 28$$

आता प्रत्येक भागाची लांबी काढण्यासाठी 4 $\times$ 28 = 112 आणि

$3 \times 28 = 84$ करावे. ($112 + 84 = 196$) असा ताळाही करून पाहाता येईल, $112 : 84$ म्हणजे $4 : 3$ हे ही बरोबर आहे.)

3.1.4 एका गावाची लोकसंख्या 2 लाख 25 हजार आहे. गावातील साक्षर व निरक्षर लोकांचे प्रमाण $3 : 2$ आहे तर गावातील साक्षर व निरक्षर लोकांची संख्या काढा.

वरील उदाहरणाप्रमाणेच साक्षर व निरक्षर लोकांच्या दिलेल्या प्रमाणाला x ने गुणा व त्यांची बेरीज करून एकूण लोकसंख्येच्या बरोबरीने मांडा. जसे,

$$3x + 2x = 2,25,000$$
$$x = 45000,$$
$$\therefore \quad 3(45000) + 2(45000) = 2,25,000$$

3.1.5 x आणि y यांची आजची वये अनुक्रमे 14 आणि 10 आहेत. आणखी किती वर्षांनी त्यांच्या वयाचे गुणोत्तर $5 : 4$ होईल?

x आणि y यांच्या वयाचे गुणोत्तर $5 : 4$ करायचे आहे. दिलेल्या 14 आणि 10 या संख्यामध्ये आणखी कोणता समान अंक मिसळला की त्यांचे गुणोत्तर $5 : 4$ होईल ते आपल्याला पहायचे आहे. समजा तो अंक z आहे. आता,

$$\frac{14 + z}{10 + z} = \frac{5}{4}$$

$$4(14 + z) = 5(10 + z)$$
$$56 + 4z = 50 + 5z$$
$$z = 6$$

म्हणजे आणखी 6 वर्षांनी x आणि y यांच्या वयाचे गुणोत्तर $5 : 4$ होईल. ताळा करून पहा.

3.1.6 दोन संख्यांचे गुणोत्तर $5 : 3$ आहे आणि त्यांच्या वर्गांची बेरीज 306 आहे तर त्या संख्या काढा.

समजा संख्या $5x : 3x$ अशा गुणोत्तरात आहेत. त्यांच्या वर्गांची बेरीज म्हणजे

$$25x^2 + 9x^2 = 306$$
$$34x^2 = 306$$
$$x^2 = 9$$
$$x = 3$$

संख्या $15 : 9$

3.1.7 21, 38, 55, 106 या संख्यांतून कोणती संख्या वजा करावी म्हणजे येणाऱ्या संख्या प्रमाणात असतील?

आता यामध्ये एक कोणती तरी समान संख्या वजा केल्यानंतर या सर्व संख्या

प्रमाणात येतील. म्हणून

$\frac{21-x}{38-x}=\frac{55-x}{106-x}$ वियोग क्रिया करून समीकरण सोडवा, x ची किंमत काढा.

($x = 4$ येते)

3.1.8 550 सें. मी. चे 2.20 मीटरशी असलेले गुणोत्तर काढा. या ठिकाणी पहिली राशी से. मी. मध्ये तर दुसरी मीटर मध्ये आहे.

दोन्ही राशी समान करून घेतल्या पाहिजेत. मीटरचे सें. मी. करून घ्या. 2. 20 मीटर याचा अर्थ 220 सें. मी. होतो. आता 550 चे 220 शी गुणोत्तर काढायचे आहे. म्हणजे

$$\frac{550}{220}=\frac{55}{22}=\frac{5}{2}$$

3.1.9 $(30 + x) : (23 + x) = 5 : 4 \therefore x$ चे मूल्य काढा,

राशी नीट मांडून घ्या.

$$\frac{30+x}{23+x} = \frac{5}{4}$$

$4\,(30 + x) = 5\,(23 + x)$

समीकरण सोडवा. $x = 5$ हे मूल्य मिळेल.

3.3 काही नमुना उदाहरणे

(1) जर $a : b = 5 : 9$ आणि $b : c = 4 : 7$ तर $a : b : c$ आणि $a : c$ च्या किंमती काढा.

$a : b = 5 : 9$ आणि $b : c = 4 : 7$

आता $\frac{9}{4}$ ने $b : c$ ला भागा.

$$\therefore\ 4\times\frac{9}{4} : 7\times\frac{9}{4} = 9 : \frac{63}{4}$$

आता $a : b : c = 5 : 9 : \frac{63}{4} = 20 : 36 : 63$

आता $\frac{a}{c}=\frac{a}{b}\times\frac{b}{c} =\frac{5}{9}\times\frac{4}{7}$ $a : c = 20 : 63$

(2) (अ) 4,9,12 चे चतुर्थपद काढा.

(आ) 16 आणि 36 चे तृतीयपद काढा.

(अ) $4 : 9 :: 12 : x$

$$4x = 9 \text{ गुणिले } 12 \text{ किंवा } x = \frac{9 \times 12}{4} = 27$$

(आ) $16 : 36 :: 36 : x$

$$\therefore 16x = 36 \text{ गुणिले } 36 \text{ किंवा } x = \frac{36 \times 36}{16} = 81$$

(3) शोधा,

(i) $3 : 7$ चे द्विगुणोत्तर $= 3^2 : 7^2 = 9 : 49$

(ii) $2 : 5$ चे त्रिगुणोत्तर $2^3 : 5^3 = 8 : 125$

(iii) $25 : 16$ मूळ गुणोत्तर $25 : 16 = \sqrt{25} : \sqrt{16} = 5 : 4$

(iv) $125 : 64$ चे घनमूळ गुणोत्तर काढा. $(125)^{1/3} : (64)^{1/3} = 5 : 4$

(v) गुणित क्रिया करा. $(2 : 5)\ (3 : 4)$ आणि $(4 : 9)$

$$= \frac{2}{5} \times \frac{3}{4} \times \frac{4}{9} = \frac{2}{15}$$

$$\therefore 2 : 15$$

(4) जर $\dfrac{x}{y} = \dfrac{3}{4}$ तर $\dfrac{4x + 5y}{5x - 2y} = \dfrac{4\left(\dfrac{x}{y}\right) + 5}{5\left(\dfrac{x}{y}\right) - 2}$

$$= \frac{4\left(\dfrac{3}{4}\right) + 5}{5\left(\dfrac{3}{4}\right) - 2}$$ ची किंमत काढा.

अंश व छेदाला y ने भागावे.

$$= \frac{4x + 5y}{5x - 2y} = \frac{4\left(\dfrac{x}{y}\right) + 5}{5\left(\dfrac{x}{y}\right) - 2} = \frac{4\left(\dfrac{3}{4}\right) + 5}{5\left(\dfrac{3}{4}\right) - 2}$$

$$= \frac{8 \times 4}{7} = \frac{32}{4}$$

(5) रु. 672 5:3 या प्रमाणात वाटा.

दिलेल्या गुणोत्तराची बेरीज = 5 + 3 = 8

$$\text{पहिला भाग} = \text{रु. } 672 \times \frac{5}{8} = 420$$

$$\text{दुसरा भाग} = \text{रु. } 672 \times \frac{3}{8} = 252$$

(6) रु. 1162 अ, ब आणि क मध्ये 35 : 28 : 20 या प्रमाणात वाटा.

दिलेल्या गुणोत्तराची बेरीज = 35 + 28 + 20 = 83

$$\text{अ चा वाटा} = \text{रु. } 1162 \times \frac{35}{83} = \text{रु. } 490$$

$$\text{ब चा वाटा} = \text{रु. } 1162 \times \frac{28}{83} = \text{रु. } 392$$

$$\text{क चा वाटा} = \text{रु. } 1162 \times \frac{20}{83} = \text{रु. } 280$$

क चा वाटा = 1162 − (490 + 392) = रु. 280 असाही काढता येईल.

3.4 शेकडेवारी

शेकडेवारीचा आणि आपला संबंध अगदी शाळा प्रवेशापासूनचा आहे. अगदी पहिल्या इयत्तेतील निकाल हाती आला की किती टक्के मिळाले? अशी सगळ्यांकडून विचारणा केली जाते. टक्के म्हणजेच शंभर पैकी किती मिळाले असे विचारायचे असते. एकूण सर्व विषयाच्या एकूण गुणांपैकी तुम्हाला काही गुण मिळालेले असतात, ते गुण जर शंभरपैकी मिळाले असते तर किती झाले असते असे सांगणे म्हणजे टक्केवारी सांगणे. उदाहरणार्थ, समजा तुम्हाला 700 पैकी 560 गुण मिळाले, तर 100 पैकी किती मिळाले हे सांगणे म्हणजे टक्केवारी किंवा शेकडेवारी सांगणे होय. वेगवेगळ्या शाळेतल्या वेगवेगळ्या विद्यार्थ्यांना – कोणाला 700 पैकी, कोणाला 900 पैकी, कोणाला 600 पैकी गुण मिळाले असतील तर अशा सर्वांना एकत्र करताना एका तळावर आणणे शेकडेवारी पद्धतीमुळे सोपे जाते. एकमेकांशी तुलना चटकन करता येण्यासाठी शेकडेवारीचा उपयोग होतो.

व्यवहारात शेकडेवारी असंख्या ठिकाणी वापरली जाते आणि उपयोगासही

येते. दुकानदार, व्यापारी, छोटे-मोठे उद्योजक यांच्याकरता नफा, तोटा, कमिशन, सूट, दलाली ही सर्व शेकडेवारीमध्ये असते. शेअर्समधील गुंतवणूकदार असतील तर लाभांश, कर्जरोख्यातील गुंतवणूक करणाऱ्यांना, बँकेतील तसेच पोस्टातील ठेवीदारांना, व्याजदर हा टक्क्यांमध्येच सांगितला जातो. उपभोक्त्यांसाठी आकर्षक योजना जाहीर करणारे दुकानदार, मासिक हप्त्यांवर एखादी वस्तू (घर, गाडी) घेताना जाहीर केल्या जाणाऱ्या योजना टक्केवारीचीच भाषा बोलत असतात. सरकारचे कराचे दर टक्क्यातच जाहीर केलेले असतात. व्यवहारात उपयोगी पडणारी ही शेकडेवारी शिकणे अत्यंत महत्त्वाचे आहे. आपण ती 10 वी पर्यंत शिकलो देखील आहोत. आता थोडी त्याची उजळणी करू; स्व अभ्यास सोडवा आणि नंतर शेकडेवारीचा अभ्यास करू.

3.4 स्वअभ्यास 3

3.4.1 अपूर्णांकात रूपांतर करा.

    (अ) 56%   (आ) 4%   (इ) 0.6%   (ई) 0.08%

3.4.2 दशांशात रूपांतर करा.

    (अ) 28%   (आ) 6%   (इ) 0.2%   (ई) 0.04%

3.4.3 शेकडेवारीत रूपांतर करा.

    (अ) $\dfrac{23}{36}$ (आ) 0.004 (इ) $6\dfrac{3}{4}$

3.4.4 (अ) 6 हे 72 च्या किती टक्के आहेत?

    (आ) 84 हे 7 च्या किती टक्के आहेत?

    (इ)   8 ग्रॅम्स म्हणजे 2.4 किलोच्या किती टक्के होतात?

    (ई)   130 मिली हे 6.5 लीटर्सच्या किती टक्के होतात?

प्रत्येक उत्तराला 2 गुण याप्रमाणे खालील उत्तरांशी तुमची उत्तरे पडताळून पहा आणि तुमचे गुण प्रामाणिकपणे पहा.

उत्तरे :

3.4.1 अपूर्णांकात रूपांतर करा.

    (अ) $\dfrac{14}{25}$ (आ) $\dfrac{1}{25}$ (इ) $\dfrac{3}{500}$ (ई) $\dfrac{1}{1250}$

3.4.2 दशांशात रूपांतर करा.

    (अ) 0.28   (आ) 0.06   (इ) 0.002   (ई) 0.0004

3.4.3 शेकडेवारीत रूपांतर करा.

(अ) $63\dfrac{8}{9}\%$ (आ) 0.4%   (इ) 675%

3.4.1 (अ) $8\dfrac{1}{3}$ (आ) 1200%   (इ) $\dfrac{1}{3}\%$ (ई) 2%

3.5 शेकडेवारी : एक गुणोत्तर

शेकडेवारी म्हणजे शंभरावा भाग (शतांश). समजा, x ही शेकडेवारी आहे, तर लिहिताना x% असे लिहितात. उदाहरणार्थ, 8% म्हणजे शंभर पैकी 8. (8 शतांश म्हणजे $\dfrac{8}{100}$). बीजगणिताच्या भाषेत बोलायचे तर x% म्हणजे शंभर पैकी x. (x शतांश म्हणजेच $\dfrac{x}{100}$) शेकडेवारी हे एक प्रकारचे गुणोत्तर आहे व ते अपूर्णांकात व दशांश चिन्हांच्या आधारे देखील मांडता येते. 56% म्हणजे 100 त 56 किंवा $\dfrac{56}{100}$ याचे अपूर्णांकात रूपांतर करताना अंश व छेदाला 4 ने भागून $\dfrac{14}{25}$ असे उत्तर मिळेल, 0.08% म्हणजे $\dfrac{0.08}{100} = \dfrac{08}{10000} = \dfrac{1}{1250}$. तसेच 0.6% म्हणजे 100 त 6 अपूर्णांकात रूपांतर कसे होते ते पाहू. $\dfrac{0.6}{100} = \dfrac{6}{10000} = \dfrac{3}{1250}$ असे रूपांतर होईल.

अपूर्णांकांचे दशांश कसे करायचे ते ही पाहू. समजा 28% दिलेले आहेत आणि त्याचे दशांशात रूपांतर करायचे आहे.

28% म्हणजे $\dfrac{28}{100} = 0.28$ दुसरे उदाहरण घेऊ. समजा 6% दिलेले आहेत. आणि त्याचे दशांशांत रूपांतर करायचे आहे.

6% म्हणजे $\dfrac{6}{100} = 0.06$

$0.04\% = \dfrac{0.04}{100} = 0.004$

$0.2\% = \dfrac{0.2}{100} = 0.02$

गुणोत्तर, प्रमाण, शेकडेवारी व व्याज ▌ ९३

शेकडेवारी काढताना ज्या अपूर्णांकाचे वा गुणोत्तराचे शेकडेवारीत रूपांतर करायचे त्या संख्येला शंभरने गुणावे आणि आलेल्या उत्तरासमोर % चे चिन्ह घालावे. उदाहरणार्थ,

(1) $\dfrac{23}{36} = \left[\dfrac{23}{26} \times 100\right]\% = \left[\dfrac{575}{9}\right]\% = 63\,\dfrac{8}{9}\%$

(2) $0.004 = \dfrac{0.004}{1000} = \left[\dfrac{4}{1000} \times 100\right] = 0.4\%$

(3) $6\dfrac{3}{4} = \dfrac{27}{4}\left[\dfrac{27}{4} \times 100\right] = 675\%$

(4) 6 हे 72 च्या किती टक्के आहेत हे काढताना

$$\left[\dfrac{6}{72} \times 100\right]\% = 8\dfrac{1}{3}\%$$

(5) 84 हे 7 च्या किती टक्के आहेत हे काढताना

$$\left[\dfrac{84}{7} \times 100\right]\% = 1200\%$$

अशाप्रकारे वर दिलेला स्व अभ्यास सोडवा.

आता शेकडेवारीचे काही उपयोग पाहू.

दोन बाबींची तुलना वाढ, घट, लोकसंख्या वाढ आणि घट, घसारा या संबंधी शेकडेवारी कशी उपयोगी पडते ते पाहू.

जर एखादी बाब (A) दुसऱ्या बाबीपेक्षा (B) काही टक्क्यांनी कमी आहे, असे दिले तर याचाच अर्थ B ही बाब A या बाबीपेक्षा तेवढ्याच टक्क्यांनी मोठी आहे.

तुलनेसंबंधी :

(1) A ही बाब R% नी B पेक्षा मोठी आहे,

म्हणून B ही बाब A पेक्षा $\left[\dfrac{R}{100+R} \times 100\right]\%$ नी लहान आहे.

(2) A ही बाब R% नी B पेक्षा लहान आहे,

म्हणून B ही बाब A पेक्षा $\left[\dfrac{R}{100-R} \times 100\right]\%$ ने मोठी आहे.

नमुना उदाहरण –

(अ) जर ‘अ’ चे उत्पन्न ‘ब’ च्या उत्पन्नापेक्षा 33% जास्त असेल तर ‘ब’ चे उत्पन्न ‘अ’ च्या उत्पन्नापेक्षा कितीने कमी आहे?

म्हणून ‘ब’ चे उत्पन्न ‘अ’ पेक्षा $\left[\dfrac{33}{100+33}\times100\right]\% = 24.8\%$ नी कमी आहे.

(आ) जर ‘अ’ ची उंची ‘ब’ पेक्षा 24% नी कमी आहे. तर ‘ब’ ची उंची ‘अ’ पेक्षा किती टक्क्यांनी जास्त आहे?

म्हणून ‘ब’ ची उंची ‘अ’ पेक्षा $\left[\dfrac{24}{100-24}\times100\right]\% = 31.57\%$ ने कमी आहे.

वाढ आणि घट संबंधी

(3) जर एखाद्या वस्तूची किंमत R% नी वाढली तर उपभोगातील घट काढताना पुढील सूत्र वापरतात. (खर्च न वाढवता.)

$$\therefore \left\{\dfrac{R}{100+R}\times100\right\}\%$$

(4) जर एखाद्या वस्तूची किंमत R% नी कमी झाली तर उपभोगातील वाढ काढताना पुढील सूत्र वापरतात. (खर्च कमी न करता)

$$\therefore \left\{\dfrac{R}{100-R}\times100\right\}\%$$

नमुना उदाहरण –

(इ) चहाची किंमत जर 20% वाढली तर उपभोक्ते आपल्या खर्चात वाढ करणार नाहीत असे गृहीत धरून आपली चहाची मागणी कितीने (किती टक्क्यांनी) कमी करतील?

$$\therefore \text{उपभोगातील घट} = \left\{\dfrac{20}{100+20}\times100\right\}\% = 16\dfrac{2}{3}\%$$

नमुना उदाहरण –

(ई) जर साखरेची किंमत 20% नी कमी झाली तर आपला उपभोगावरील खर्च कमी न करता उपभोक्ते साखरेची मागणी कितीने वाढवतील?

$$\text{उपभोगातील वाढ} = \left\{\dfrac{20}{100-20}\times100\right\}\% = 25\%$$

लोकसंख्येसंबंधी :

लोकसंख्येच्या संदर्भातील नियम – जर सध्याची लोकसंख्या P मानली आणि लोकसंख्या वाढीचा दर वर्षाला R% मानला तर

(5) n वर्षांनंतरची लोकसंख्या $= P\left(1 + \dfrac{R}{100}\right)^n$

(6) n वर्षांपूर्वीची लोकसंख्या $= \dfrac{P}{\left(1 + \dfrac{R}{100}\right)^n}$

नमुना उदाहरण –

(उ) एका गावाची लोकसंख्या दर वर्षी 5% दराने वाढते आहे. सध्याची लोकसंख्या 176400 असेल तर 2 वर्षांनंतर त्या गावाची लोकसंख्या किती असेल? आणि दोन वर्षांपूर्वी किती होती?

● 2 वर्षांनंतरची लोकसंख्या $= 176400\left(1 + \dfrac{5}{100}\right)^2$

$$= 176400 \times \dfrac{21}{20} \times \dfrac{21}{20} = 194481$$

● दोन वर्षांपूर्वीची लोकसंख्या $= \dfrac{176400}{\left(1 + \dfrac{5}{100}\right)^2}$

$$= \left[176400 \times \dfrac{20}{21} \times \dfrac{20}{21}\right] = 160000$$

घसाऱ्यासंबंधी :

जर एखाद्या यंत्राची किंमत P असेल आणि त्याचा घसाऱ्याचा दर वर्षी R असेल तर

(7) n वर्षांनंतर त्या यंत्राची किंमत $= P\left(1 - \dfrac{R}{100}\right)^n$

(8) n वर्षांपूर्वी त्या यंत्राची किंमत $= \dfrac{P}{\left[1 + \dfrac{R}{100}\right]^n}$

नमुना उदाहरण –

(ऊ) रु. 162000 किंमत असलेल्या एका यंत्राचा घसारा दर वर्षी 10% आहे, तर (अ) दोन वर्षांनंतर या यंत्राची किंमत काय असेल आणि (आ) 2 वर्षांपूर्वी किती होती?

(अ) दोन वर्षांनंतर या यंत्राची किंमत $= 162000 \times \left(1 - \dfrac{10}{100}\right)^2$

$$\left(162000 \times \dfrac{9}{10} \times \dfrac{9}{10}\right) = 131220$$

(आ) दोन वर्षांपूर्वी या यंत्राची किंमत $= \dfrac{162000}{\left(1 - \dfrac{10}{100}\right)^2}$

रु. $162000 \times \dfrac{10}{9} \times \dfrac{10}{9}$

$=$ रु. $200000/-$

3.5 स्वअभ्यास 4

3.5.1 एका शहराची लोकसंख्या दर वर्षी 15% दराने वाढते. 1995 मध्ये त्या शहराची एकूण लोकसंख्या 8000 होती तर 1997 मध्ये किती असेल?

3.5.2 साखरेची किंमत 25% वाढली. एका कुटुंबाने आपला उपभोगखर्च 25% ने कमी केला तर त्या कुटुंबाचा साखरेवरील खर्च कितीने कमी होईल?

3.5.3 एका शिलाईयंत्राचा घसारा दर वर्षी 4% आहे. त्याची सध्याची किंमत रु. 200 असेल तर 2 वर्षांनी त्यांचे मूल्य काढा.

3.5.4 एका यंत्राचा घसारा दर 10% आहे. ते यंत्र 3 वर्षांपूर्वीच विकत घेतले आहे. आताची त्याची किंमत रु. 8748 आहे तर त्याची खरेदी किंमत काढा.

3.5.5 गाळलेल्या जागा भरा.

(अ) 25 च्या (....)% $= 2.125$

(आ) (....) च्या 9% $= 6.3$

(इ) (....) च्या 25% $= 0.04$

शेकडेवारीचा आणि आपण आतापर्यंत जे शिकलो त्याचा उपयोग करून आपण अर्थशास्त्राची लवचिकतेची उदाहरणे सोडवू. गुणोत्तर आणि प्रमाण, आलेख

आणि फलन संबंध या सर्वांचा उपयोग आपणास मागणी पुरवठ्याच्या विविध लवचिकता सोडवण्यासाठी होईल. अर्थशास्त्राच्या सूक्ष्मलक्षी अभ्यासामध्ये लवचिकता आपण शिकलो आहोतच. वस्तूच्या किंमतीतील बदलाला मागणीने दिलेला प्रतिसाद म्हणजे मागणीची किंमत लवचिकता. ही नेहमी शेकडेवारीतच मोजतात; तिची गणिती व्याख्या पुढे दिली आहे.

3.6 मागणीची लवचिकता

लवचिकतेची गणिती सूत्रातील व्याख्या :

$$\text{ed} = \frac{\text{मागणीतील \% बदल}}{\text{किंमतीतील \% बदल}}$$

ed = मागणीची लवचिकता

या व्याख्येचे वैशिष्ट्य असे की या लवचिकतेचे उत्तर नेहमी ऋण येते. मागणी आणि किंमत यांचा संबंध नेहमी व्यस्त असतो. किंमत वाढली की मागणी कमी होते आणि किंमत कमी झाली की मागणी वाढते. किंमत कितीने कमी झाल्यावर मागणी कितीने वाढते हे शेकडेवारीवर तपासणे म्हणजे मागणीची लवचिकता मोजणे होय. मागणीत होणारा बदल हा किंमतीत होणाऱ्या बदलाच्या प्रमाणात असू शकतो, तसेच कधी कमी तर कधी जास्त असू शकतो. ही लवचिकता गणिती माध्यमातून पुढीलप्रकारे मोजतात.

$$\text{ed} = \frac{\text{मागणीतील शेकडा बदल}}{\text{किमतीतील शेकडा बदल}}$$

$$\text{ed} = \frac{\frac{\text{नवी मागणी - मूळ मागणी}}{\text{मूळ मागणी}} \times 100}{\frac{\text{नवी किंमत - मूळ किंमत}}{\text{मूळ किंमत}} \times 100}$$

$$\text{ed} = \frac{\frac{\Delta Q}{Q}}{\frac{\Delta P}{P}} = \frac{\Delta Q}{Q} \times \frac{P}{\Delta P}$$

$$\text{ed} = \frac{P}{Q} \times \frac{\Delta Q}{\Delta P}$$

ed = मागणीची लवचिकता

याठिकाणी

P = मूळ किंमत

Q = मूळ मागणी

$\triangle$Q = मागणीतील बदल

$\triangle$P = किंमतीतील बदल

मागणीची लवचिकता मोजण्याचा शेकडेवारीचा प्रकार आपण येथे प्रामुख्याने पाहू.

$$ed = \frac{\text{मागणीतील शेकडा बदल}}{\text{किंमतीतील शेकडा बदल}}$$

या आधारावर मागणीच्या लवचिकतेचे पाच प्रकार होतात ते पाहू.

(1) एकक लवचिकता $ed = \dfrac{\text{मागणीतील शेकडा बदल}}{\text{किंमतीतील शेकडा बदल}} = \dfrac{10}{10} = 1$

समजा किंमतीत 10% बदल झाल्यावर मागणीतही 10% बदल झाला तर एकक लवचिकता असे म्हणतात.

(2) सापेक्ष लवचिक मागणी $= \dfrac{\text{मागणीतील शेकडा बदल}}{\text{किंमतीतील शेकडा बदल}} = \dfrac{20}{10}\ 2 > 1$

समजा किंमतीत 10% बदल झाल्यावर मागणीत 10% हून जास्त बदल झाला तर मागणी लवचिक आहे असे म्हणतात.

(3) सापेक्ष अलवचिक मागणी $= \dfrac{\text{मागणीतील शेकडा बदल}}{\text{किंमतीतील शेकडा बदल}} = \dfrac{5}{10} = \dfrac{1}{2} < 1$

समजा किंमतीत 10% बदल झाल्यावर मागणीत 10% हून कमी बदल झाला तर मागणी सापेक्ष अलवचिक आहे असे म्हणतात.

(4) पूर्ण अलवचिक मागणी $= \dfrac{\text{मागणीतील शेकडा बदल}}{\text{किंमतीतील शेकडा बदल}} = \dfrac{0}{10} = 0$

समजा किंमतीत 10% बदल झाल्यावर मागणीत अजिबात बदल झाला नाही तर मागणी पूर्ण अलवचिक आहे असे म्हणतात.

(5) पूर्ण लवचिक मागणी $= \dfrac{\text{मागणीतील शेकडा बदल}}{\text{किंमतीतील शेकडा बदल}} = \dfrac{10}{0} = \infty$ (अमर्याद)

किंमतीत अगदी थोडा बदल झाल्यावर मागणीत फार मोठा बदल झाला तर मागणी 'पूर्ण लवचिक' आहे असे म्हणतात.

ही लवचिकता मोजणे जोपर्यंत लहान बदलांच्या बाबतीत असते तोवर लवचिकता मोजण्याचे हे सर्व प्रकार आपण वापरू शकतो. परंतु जेव्हा मोठ्या प्रमाणावरील बदल मोजावयाचे असतात. तेव्हा रेषाखंड लवचिकता (arc elasticity) मोजतात. ती मोजण्याचे समीकरण हे गुणोत्तर व प्रमाणाच्या पद्धतीत बसणारे आहे.

$$ed = \frac{Q_2 - Q_1}{P_2 - P_1} \times \frac{P_2 + P_1}{Q_2 + Q_1}$$

● **नमुना उदाहरण**

(1) बाजारातील मागणीचा तक्ता खाली दिलेला आहे. आणि त्यानुसार बाजाराचा मागणीवक्रही काढलेला आहे. 'ब' बिंदू ते 'ड' बिंदू आणि 'ड' बिंदू ते 'ब' बिंदू या मागणीतील बदलाची लवचिकता काढा.

बिंदू	किंमत (रु.)	मागणी (नग)
A	8	0
B	7	1000
C	6	2000
D	5	3000
F	4	4000
G	3	5000
H	2	6000
L	1	7000
M	0	8000

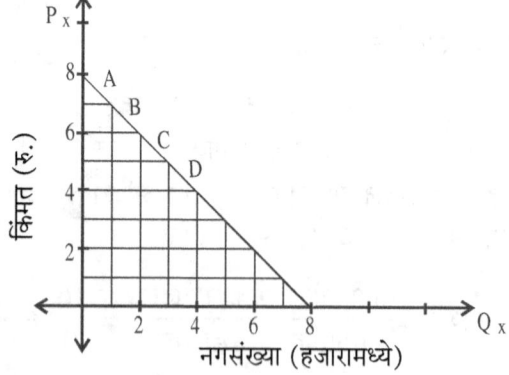

'ब' बिंदू ते 'ड' बिंदू

$$ed = \frac{Q_D - Q_B}{P_D - P_B} \times \frac{P_B}{Q_B} = \left(\frac{2000}{-2}\right)\left(\frac{7}{1000}\right) = 7$$

'ड' बिंदू ते 'ब' बिंदू

$$ed = \frac{Q_B - Q_D}{P_B - P_D} \times \frac{P_D}{Q_D} = -\left(\frac{2000}{2}\right)\left(\frac{5}{3000}\right) = 1.67$$

'ब' बिंदू ते 'ड' बिंदू आणि 'ड' बिंदू ते 'ब' बिंदू या दोन्हीच्या लवचिकतेमध्ये फरक दिसतो आहे, कारण दोन्ही लवचिकतेच्या मोजण्याचा पाया वेगळा आहे. एकदा आपण ब कडून 'ड' कडे जाताना होणारा 'ब' मधील बदल मोजतो आहोत तर दुसऱ्या वेळेला 'ड' कडून 'ब' कडे जाताना होणारा 'ड' मधील बदल मोजतो आहोत.

या दोन्ही लवचिकतांची सरासरी आपण काढू शकतो. किंमतीच्या जागी दोन्ही किंमतीची सरासरी आणि नगसंख्येच्या जागी दोन्ही नगसंख्यांची सरासरी घातली की सरासरी लवचिकता ('ब' बिंदू आणि 'ड' बिंदू यांच्या मधल्या बिंदूंची लवचिकता) मिळेल.

$$ed = \frac{\Delta Q}{\Delta P} \times \frac{\frac{PB + PD}{2}}{\frac{QB + QD}{2}} = \frac{\Delta Q}{\Delta P} \times \frac{PB + PD}{QB + QD}$$

या नवीन समीकरणाने आपण 'ब' बिंदू आणि 'ड' बिंदू (c) यांच्या मधल्या बिंदूंची लवचिकता काढू शकतो.

$$ed = -\left(\frac{2000}{2}\right)\left(\frac{12}{4000}\right) = 3$$

आता अगदी याच पद्धतीने पुढे दिलेले उदाहरण सोडवा पाहू.

- नमुना उदाहरण

(2) खाली दिलेल्या तक्त्यामध्ये बाजाराचा मागणी तक्ता दिला आहे. त्यावरून मागणी वक्र ही दिला आहे. C पासून F पर्यंत आणि F पासून C पर्यंत झालेल्या मागणीतील बदलाची लवचिकता काढा आणि C आणि F बिंदूंच्या मध्यबिंदूंची लवचिकता काढा.

बिंदू	किंमत (रु.)	मागणी (नग)
A	7	500
B	6	750
C	5	1250
D	4	2000
F	3	3250
G	2	4750
H	1	8000

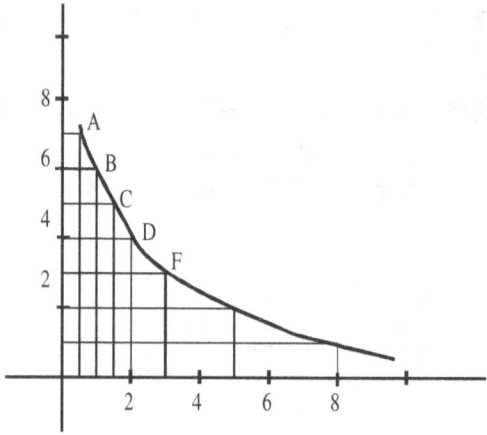

याच प्रकारे आपणास पुरवठ्याची लवचिकता काढता येईल.

3.7 पुरवठ्याची लवचिकता

पुरवठा वक्र हा धन स्वरूपाचा चढ असणारा असतो म्हणजे तो डावीकडून उजवीकडे वर चढत जाणारा असतो. याचा अर्थ किंमत वाढली की पुरवठा वाढतो आणि किंमत कमी झाली की पुरवठा कमी होतो. आता पुरवठा फलनाच्या वेगवेगळ्या स्थिती आणि लवचिकता यांचा संबंध पाहू.

* वस्तूच्या किमतीत झालेल्या शेकडा बदलामुळे $\left(\dfrac{\Delta P}{P} \times 100 \right)$ वस्तूच्या

पुरवठ्यात झालेला शेकडा बदल $\left(\dfrac{\Delta Q}{Q} \times 100\right)$ मोजणे म्हणजे मागणीची लवचिकता मोजणे, म्हणून पुरवठ्याच्या लवचिकतेचे सूत्र पुढीलप्रमाणे.

$$e_s = \dfrac{\Delta Q/Q}{\Delta P/P} = \dfrac{\Delta Q}{\Delta P} \times \dfrac{P}{Q}$$

e_s = पुरवठ्याची लवचिकता

(1) जेव्हा पुरवठ्याची लवचिकता e_s ही 1 पेक्षा जास्त असते तेव्हा पुरवठा वक्र लवचिक आहे असे मानले जाते.

(2) ही लवचिकता जर 1 पेक्षा कमी असेल तर हा वक्र अलवचिक असतो.

(3) लवचिकता जर 1 असेल तर एकक लवचिकता असते.

(4) जर पुरवठा फलन धन स्वरूपाचे, रेषीय असेल आणि जर पुरवठा वक्राने किंमत मोजल्या जाणाऱ्या अक्षाला छेद दिला तर रेषेवरील सर्व बिंदूंची लवचिकता 1 पेक्षा जास्त असते.

(5) जर पुरवठा वक्राने नगसंख्या मोजल्या जाणाऱ्या वक्राला छेद दिला तर लवचिकता 1 पेक्षा कमी असते.

(6) जर पुरवठा फलन शून्यातून जात असेल तर लवचिकता 1 असते.

• नमुना उदाहरण

(3) खाली दिलेल्या पुरवठा फलनावरून बिंदू A पासून बिंदू C, बिंदू C पासून बिंदू A आणि बिंदू A व बिंदू C यांच्या मधील बिंदू म्हणजे बिंदू B ची लवचिकता काढा. तसेच बिंदू C ते बिंदू F यांच्यामधील बिंदू D ची लवचिकता काढा.

बिंदू	किंमत (रु.)	नगसंख्या
A	6	8000
B	5	6000
C	4	4000
D	3	2000
F	2	0

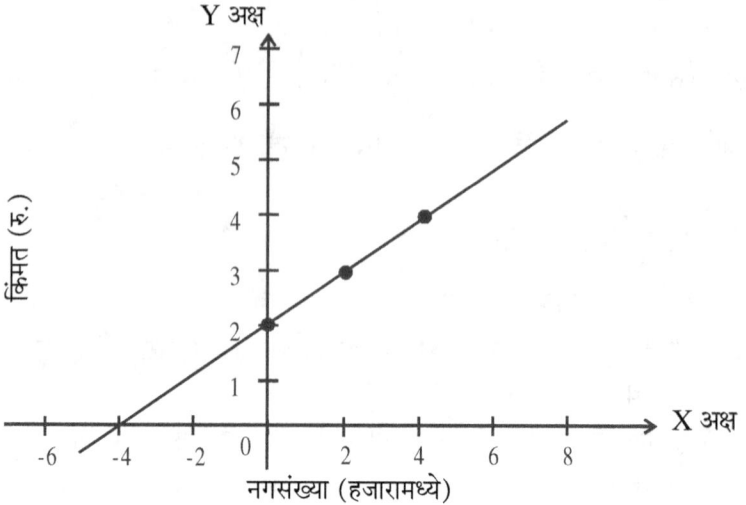

(1) बिंदू A पासून बिंदू C

$$e_s = \frac{\Delta Q}{\Delta P} \times \frac{P}{Q} = \frac{-4000}{-2} \times \frac{6}{8000} = 1.5$$

(2) बिंदू C पासून बिंदू A

$$e_s = \frac{\Delta Q}{\Delta P} \times \frac{P}{Q} = \frac{4000}{2} \times \frac{4}{4000} = 2$$

(3) बिंदू B

$$e_s = \frac{\Delta Q}{\Delta P} \times \frac{Pa + Pc}{Qa + Qc} = \frac{4000}{2} \times \frac{10}{12000} = 1.67$$

(4) बिंदू D ची लवचिकता

(5) $e_s = \frac{\Delta Q}{\Delta P} \times \frac{Pc + Pf}{Qc + Qf} = \frac{4000}{2} \times \frac{6}{4000} = 3$

3.7 स्वअभ्यास 5

3.7.1 एका वस्तूची किंमत रु. 20 आहे. मागणीची लवचिकता –0.7 आहे; जर किमतीत (अ) 5% वाढ झाली (आ) जर किमती 8% घट झाली तर मागणीतील बदल काढा.

3.7.2 जर एखाद्या वस्तूची मागणी Q आहे आणि Q चे फलन Q = 250 – 5P असे दिलेले आहे. P म्हणजे वस्तूची किंमत आहे; तर किंमतीच्या P = 20, 25, 30 अशा वेगवेगळ्या पातळ्यांना मागणीची लवचिकता काढा.

वरील गणिते सोडवण्याची साधारण रीत –

(1) P = रु. 20/–, ed = –0.7 एवढे दिलेले आहे. मागणीतील बदल काढायचा आहे. Q दिलेला नाही आणि लवचिकता दिलेली आहे आणि Q मधील बदल शोधायचा आहे. हे गणित आपण शेकडेवारीने सोडवू. Q = 100 आणि P = 100 मानू. किंमतीत 5% बदल झाला म्हणजे आता P = 105, आता लवचिकतेचे समीकरण वापरा.

$$Ed = \frac{\Delta Q}{\Delta P} \times \frac{P}{Q} = \frac{\Delta Q}{5} \times \frac{100}{100} = -0.7$$ आता मागणीतील बदल $\triangle Q$ काढता

येईल ना? पहा बरं उत्तर –3.5 येते का?

(2) Q = 250 – 5P ∴ 5P = 250 – Q ∴ $P = \frac{250 - Q}{5}$ ∴ $P = 50 - \frac{Q}{5}$ आता

P = 20 घाला व उत्तर काढा. (Q = 150) अशाच प्रकारे P च्या वेगवेगळ्या पातळ्यांना Q काढा.

गुणोत्तर आणि प्रमाण तसेच शेकडेवारी शिकता–शिकता आपण अर्थशास्त्रातील अतिशय महत्त्वाचा विषय सहजपणे पाहिला. आता आपण नफा – तोट्याच्या गणितांकडे वळू.

3.8 नफा–तोटा

नफ्या-तोट्याच्या गणितांकडे वळण्यापूर्वी आपण काही संकल्पना समजावून घेऊ.

(1) खरेदी किंमत (CP) = वस्तू खरेदी करताना असलेली किंमत तिला 'खरेदी किंमत' असे म्हणतात. इंग्रजी CP म्हणजे Cost Price या आद्याक्षरांनी ती दर्शवली जाते.

(2) विक्री किंमत (SP) = वस्तू विकण्याच्या वेळेस आकारलेली किंमत तिला 'विक्री किंमत' असे म्हणतात. इंग्रजी आद्याक्षरे (SP) घेऊन ती दर्शवली जाते.

(3) तोटा = CP – SP
नफा किंवा तोटा हा खरेदी किंमतीवरच मोजला जातो.

काही महत्त्वाची समीकरणे

(1) नफा = SP – CP = Profit

(2) नफा % = $\left[\dfrac{\text{नफा} \times 100}{\text{C.P.}}\right]$

(3) तोटा $= CP - SP$

(4) तोटा $\% = \left[\dfrac{\text{तोटा} \times 100}{\text{C.P.}}\right]$

(5) S.P. $= \left[\dfrac{100 - \text{तोटा}\%}{100} \times \text{C.P.}\right]$

(6) S.P. $= \left[\dfrac{100 + \text{नफा}\%}{100} \times \text{C.P.}\right]$

(7) C.P. $= \left[\dfrac{100}{100 + \text{नफा}\%} \times \text{S.P.}\right]$

(8) C.P. $= \left[\dfrac{100}{100 - \text{तोटा}\%} \times \text{S.P.}\right]$

(9) जर एखादी वस्तू 35% नफा घेऊन विकली तर S.P. = C.P. च्या 135%.

(10) जर एखादी वस्तू 35% तोटा घेऊन विकली तर S.P. = C.P. च्या 65%

नमुना उदाहरण :

(4) एका विक्रेत्याने एक वस्तू रु. 27.50 ला खरेदी करून रु. 28.60 ला विकली तर शेकडा नफा काढा.

$$\text{C.P.} = \text{रु. } 27.50, \ \text{S.P.} = 28.60$$

$$\text{नफा} = SP - CP$$

$$= 28.60 - 27.50 = 1.10$$

$$\text{नफा } \% = \left[\dfrac{1.10}{27.50} \times 100\right] = 4\%$$

नमुना उदाहरण :

(5) एक रेडिओ रु. 490 ला विकत घेऊन 465.50 ला विकला तर शेकडा तोटा काढा.

$$\text{C.P.} = 490, \ \text{S.P.} = 465.50$$

$$\text{तोटा} = CP - SP = \text{रु. } (490 - 465.50) = 24.50$$

$$\text{तोटा } \% = \dfrac{25.40}{490} \times 100 = 5\%$$

नमुना उदाहरण :

(6) 16% नफा घेऊन रु. 40.60 ला एक वस्तू विकली तर खरेदी किंमत काढा.

C.P. = x मानू. ∴ x च्या 116% = 40.60

$$\therefore \frac{116}{100} x = 40.60, \therefore x = \left[\frac{40.60 \times 100}{116}\right] = 35$$

नमुना उदाहरण :

(7) 12% तोटा घेऊन रु. 51.70 ला एक वस्तू विकली तर खरेदी किंमत काढा.

C.P. = x मानू आता x च्या 88% = 51.70

$$\therefore \qquad \frac{88}{100} x = 51.70$$

$$\therefore \qquad\qquad x = \left[\frac{51.70 \times 100}{88}\right] = 58.75$$

नमुना उदाहरण :

(8) एक पुस्तक रु. 115.20 ला विकून 10% तोटा होतो, तर त्याने 5% नफा होण्यासाठी ते पुस्तक कितीला विकावे?

नवी S.P. = x मानू

(100 − तोटा%) : (मूळ S.P.) = 100 + नफा % : नवी S.P.

$$\therefore \frac{100-10}{115.20} = \frac{100+5}{x} \text{ किंवा } x = \left[\frac{105 \times 115.20}{90}\right] = 134.40$$

नमुना उदाहरण :

(9) एक घड्याळ रु. 1024 ला विकून 20% तोटा होतो; जर त्याने तेच घड्याळ रु. 1472 ला विकले तर त्याला किती टक्के फायदा किंवा तोटा होईल?

नफा x% झाला असे मानू.

∴ 80 : 1024 = (100 + x) : 1472

$$\therefore \frac{80}{1024} = \frac{100+x}{172} \quad \therefore x = 115 \therefore x = 15\%$$

नमुना उदाहरण :

(10) अशोकने एक रेडिओ विकत घेऊन तो 25% नफा घेऊन शामला विकला. शामने त्यावर 10% तोटा सोसून मोहनला विकला. मोहनने तो शामकडून रु. 675 ला विकत घेतला तर अशोकची खरेदी किंमत काढा.

अशोकची खरेदी किंमत x मानू.

x च्या 125% च्या 90% = 675

$$\therefore \frac{90}{100} \times \frac{125}{100} \text{ गुणिले } x = 675$$

$$x = 675 \times \frac{100}{125} \times \frac{100}{90} = 600$$

नमुना उदाहरण :

(11) एका घरमालकाने आपली दोन घरे रु. 675958 प्रत्येकी घेऊन विकली. एका घरावर त्याने 16% नफा कमावला आणि दुसऱ्यावर त्याला 16% तोटा झाला तर संपूर्ण व्यवहारात त्याला एकूण फायदा किंवा तोटा किती झाला?
विक्री किंमत कितीही असली तरी सर्वसाधारणपणे अशा व्यवहारात तोटा होतो.

$$\text{सूत्र : तोटा} = \left[\frac{\text{सर्वसाधारण तोटा किंवा नफा}}{10}\right]^2$$

$$\therefore \text{तोटा } \% = \left[\frac{16}{10}\right]^2 \% = \frac{64}{25} = 2.56\%$$

नमुना उदाहरण :

(12) एका दूरदर्शन संचाची किंमत रु. 9000 आहे. त्याची किंमत 10% वाढवली आणि नंतर त्यावर 20% सूट दिली, आता या संचाची नवीन किंमत काय असेल?
नवी किंमत = 9000 च्या 80% च्या 110%

$$\therefore \text{रु. } \left[\frac{110}{100} \times \frac{80}{100} \times 9000\right] = \text{रु. } 7920/-$$

नमुना उदाहरण :

(13) एक डझन आंब्यांची खरेदी किंमत ही 9 आंब्यांच्या विक्री किमतीएवढी आहे, तर नफा किती टक्के होईल?

C.P. = x मानू C.P. = 9x
S.P. = 12x
नफा = SP – CP
= 12x – 9x = 3x

$$\text{नफा } \% = \left[\frac{3x}{9} \times 100\right] = 33\frac{1}{3}\%$$

3.9 सरळव्याज

शाळेत आपण शिकलो आहोतच. नेहमीप्रमाणे स्वअभ्यासापासून सुरुवात करू.

3.9 स्वअभ्यास 6

3.9.1 $16\frac{2}{3}\%$ दराने रु. 68000 मुद्दलावरील 9 महिन्यांचे सरळव्याज काढा.

3.9.2 14% दराने 6250 मुद्दलावरील 146 दिवसांचे सरळव्याज काढा.

3.9.3 18% दराने रु. 3000 मुद्दलावरील 4 फेब्रुवारी 1995 ते 18 एप्रिल 1995 या कालावधीतील दिवसांचे सरळव्याज काढा.

3.9.4 $13\frac{1}{2}\%$ दराने एका मुद्दलाची रास 4 वर्षांनी रु. 2502.50 होते, तर मुद्दल काढा.

3.9.5 एका मुद्दलाची रास 2 वर्षांनी रु. 1008 होते आणि $3\frac{1}{2}$ वर्षांनी 1164 होते तर मुद्दल आणि व्याजाचा दर काढा.

उत्तरे –

(1) रु. 8500, (2) रु. 350, (3) रु. 108 (4 फेब्रु. हा दिवस धरू नका आणि 18 एप्रिल धरा.), (4) रु. 1625, (5) मुद्दल रु. 800, व्याजदर 13%

जेव्हा कमी काळासाठी (साधारण 1 वर्ष किंवा त्या पेक्षा कमी) जेव्हा कर्ज दिले जाते तेव्हा सरळव्याज ही संकल्पना वापरली जाते; आपण सरळ व्याज 7 वी किंवा 8 वीतच शिकला असाल. व्याज म्हणजे घेतलेल्या कर्जाची मोजलेली किंमत. देणाऱ्याच्या भूमिकेतून असेही म्हणता येईल की व्याज म्हणजे देऊ केलेल्या पैशांची आकारलेली किंवा स्वीकारलेली किंमत. आपण बँकेत बचतखात्यात पैसे ठेवतो आणि बँक आपल्याला व्याज देते. आपल्याकडून घेतलेल्या पैशातून बँक कर्ज देते आणि व्याज आकारते.

आपण बचत खात्यात ठेव म्हणून ठेवलेली रक्कम किंवा आपण सावकाराकडून कर्जाऊ घेतलेली रक्कम म्हणजे मुद्दल (P), आपण बचत खात्यात ठेव ठेवतो म्हणजे एका अर्थाने बँकेला पैसे देतो. आपले पैसे बँक वापरते म्हणून ती आपल्याला काही शुल्क देते; हे शुल्क म्हणजे त्या रकमेचे ठराविक काळासाठी वापर केल्याबद्दलचे भाडे असते. त्याला आपण व्याज (Interest) असे म्हणतो. ज्या शेकडा दराने हे

भाडे किंवा शुल्क दरवर्षी आकारले जाते, त्याला व्याजदर म्हणजे (r) असे म्हणतात. साधारणपणे व्याज हे एक वर्षाकरता आकारले जाते. जेव्हा कालावधीचा स्पष्ट उल्लेख नसतो, तेव्हा हा कालावधी एक वर्षांचा आहे; असे गृहीत धरण्याचा प्रघात आहे.

व्याज आकारताना दोन प्रकार आहेत. एक म्हणजे सरळव्याज आणि दुसरे म्हणजे चक्रवाढ व्याज. आता आपण सरळव्याज म्हणजे काय ते पाहू. सरळव्याजाचे समीकरण पुढीलप्रमाणे आहे –

$$I = P \times r \times t$$

जिथे I = व्याज, P = मुद्दल, r% = व्याजदर % आणि t = कालावधी व्याज शेकडेवारीत मोजले जाते. त्यामुळे आपले समीकरण

$$I = \frac{Prt}{100}$$ असे होईल.

नमुना उदाहरण :

(14) रु. 100 कर्जावरील 12% दराने 9 महिन्यांचे व्याज काढा.

$$I = Prt$$
$$I = (100)\,(0.12)\,(0.75) \text{ (कॅल्क्युलेटर वापरा.)}$$
$$I = रु.\ 9$$

म्हणजे 9 महिन्यानंतर कर्ज घेणारा रु. 109 परत करेल. तो मुद्दल आणि व्याज मिळून पैसे देईल; म्हणून मुद्दलाला वर्तमान मूल्य (Present Value) असेही म्हणतात.

मुद्दल + व्याज = रास

रास म्हणजे भविष्यात परत करायची रक्कम.

$$P + I = A$$
$$P + Prt = A \text{ म्हणजेच}$$
$$A = P\,(1 + rt)$$

नमुना उदाहरण :

(15) 18% दराने रु. 800 कर्जाऊ घेतले तर 4 महिन्यांनंतर येणारी रास काढा. रास इंग्रजी 'A' अक्षराने दर्शवतात.

$$A = P\,(1 + rt)$$

$$A = 800 \left(1 + 0.18 \left[\frac{1}{3} \right] \right)$$

$$A = 800\,(1.06)$$

$$A = रु.\ 848$$

नमुना उदाहरण :

(16) 12% दराने रु. 500 कर्जाऊ घेतले तर 30 महिन्यांनंतर सरळव्याजाने होणारी रास काढा.

$$A = P(1 + rt)\ t = 30 \text{ महिने} = \frac{30}{12} = 2.5$$

$$A = 500\,(1 + 0.12\,[2.5])$$

$A = 500 + (500 \times 0.3)$ कॅल्क्युलेटर वापरून काढा पाहू उत्तर. आधी 0.12×2.5 करून घ्या आणि येणाऱ्या उत्तराला 500 ने गुणा आणि मग त्यात 500 मिळवा. (650 ?)

नमुना उदाहरण :

(17) 'अ' ने रु. 1000 रुक्कम 4% दराने कर्जाऊ घेतली. सरळव्याजाने 1 वर्षानंतर किती रक्कम 'अ' परत करेल?
5 वर्षांनंतर?
10 वर्षांनंतर?
10 वर्षानंतर द्यावे लागणारे व्याज आणि 1 वर्षानंतर दिलेले व्याज यात काय आढळते? 2 वर्षं, 5 वर्षं इ. वर्षांच्या सरळव्याजात काय आढळते? सरळव्याज समान आहे; हे जाणवते. म्हणजेच सरळव्याजाचा जर आलेख काढला तर तो अगदी सरळ रेषीय, हळूहळू वर चढत जाणारा आणि प्रत्येक बिंदूपाशी समान चढ असणारा असा असेल.
आता जरा वेगळे उदाहरण घेऊ.

नमुना उदाहरण :

(18) जर 'अ' ला 10% दराने 9 महिन्यांनी रु. 5000 मिळवायचे आहेत तर त्याने मुद्दल किती गुंतवावे?

$A = P(1 + rt)$ या गणितात $A = 5000$, $t = 9$ महिने $= \frac{9}{12} = 0.75$ आणि

$r = 10\%$ दिलेला आहे आणि P काढायचा आहे.

$$5000 = P\,(1 + 0.10\,[0.75])$$

$$5000 = P\,(1.075)$$

$$P = 4651.16$$

नमुना उदाहरण :

(19) जर रु. 960 गुंतवून 6 महिन्यांनी रु. 1000 मिळतात तर व्याजदर काढा. (लक्षात ठेवा. व्याजदर शेकड्यात काढायचा आहे.)

$$A = P(1 + rt) \quad A = 1000 \quad t = 6 \text{ महिने} = \frac{6}{12} = 0.5, \quad P = 960$$

$$1000 = 960\,(1 + r\,(0.5))$$

$$1000 - 960 = 480r$$

$$\therefore \quad \frac{40}{480} = 0.0833$$

$$r = 8.33\%$$

नमुना उदाहरण :

(20) $16\frac{2}{3}\%$ दराने रु. 68000 मुद्दलावरील 9 महिन्यांचे सरळव्याज काढा.

$$P = 68000, \quad r = \frac{50}{3} \text{ दरसाल}, \quad t = \frac{9}{12}, \therefore \frac{3}{4} \text{ वर्षे}$$

$$\therefore \text{ सरळव्याज } = \frac{Prt}{100} = \left[68000 \times \frac{50}{3} \times \frac{3}{4} \times \frac{1}{100} \right]$$

$$= \text{रु. } 8500/-$$

नमुना उदाहरण :

(21) 14% दराने रु. 6250 मुद्दलावरील 146 दिवसांचे सरळव्याज काढा.

$$P = 6250, \quad r = 14\%, \text{ दरसाल } t = \frac{146}{365} = \frac{2}{5} \text{ वर्षे}$$

$$\therefore \text{ सरळव्याज } - \text{रु. } \left[6250 \times 14 \times \frac{2}{5} \times \frac{1}{100} \right]$$

$$= \text{रु. } 350/-$$

नमुना उदाहरण :

(22) 18% दराने रु. 3000 मुद्दलावरील 4 फेब्रुवारी 1995 ते 18 एप्रिल 1995 या कालावधीतील दिवसांचे सरळव्याज काढा.

कालावधीचे दिवस मोजू. 4 फेब्रुवारी 1995 हा दिवस सोडायचा आणि 18 एप्रिल 1995 हा दिवस धरायचा.

∴ फेब्रुवारीचे 24 दिवस + मार्चचे 31 दिवस + एप्रिलचे 18 दिवस मिळून

73 दिवस म्हणजेच $\frac{1}{5}$ वर्ष होते.

P = 3000/–, r = 18% दरसाल.

$$\text{सरळव्याज} = \left[3000 \times 18 \times \frac{1}{5} \times \frac{1}{100}\right] = \text{रु. } 108$$

नमुना उदाहरण :

(23) $13\frac{1}{2}\%$ दराने एका मुद्दलाची रास 4 वर्षांनी रु. 2502.50 होते; तर मुद्दल काढा.

मुद्दल x मानू

$$\text{सरळव्याज} = \left[x \times \frac{27}{2} \times 4 \times \frac{1}{100}\right] = \frac{27x}{50} = 2502.50$$

$$\therefore \quad x = \frac{2502.50 \times 50}{77} \text{ रु. } 1625/-$$

नमुना उदाहरण :

(24) एका मुद्दलाची रास 2 वर्षांनी रु. 1008 होते आणि $3\frac{1}{2}$ वर्षांनी 1164 होते तर मुद्दल आणि व्याजाचा दर काढा.

सरळ व्याजातील फरक

$= 1\frac{1}{2}$ वर्षाचे सरळव्याज = रु. (1164 – 1008) = रु. 156

दोन वर्षांचे सरळव्याज काढण्यासाठी आधी एक वर्षाचे व्याज काढू. दीड वर्षाच्या व्याजाला दीड वर्ष म्हणजे $\frac{3}{2}$ ने भागले की, एक वर्षाचे व्याज मिळेल. $\frac{3}{2}$ ने भागणे म्हणजेच $\frac{2}{3}$ ने गुणणे. म्हणून रु. 156 या दीड वर्षाच्या व्याजाला $\frac{2}{3}$ गुणावे. येणाऱ्या उत्तराला 2 ने गुणले की 2 वर्षाचे सरळव्याज मिळेल.

$$\text{दोन वर्षांचे व्याज} = \left[156 \times \frac{2}{3} \times 2\right] = \text{रु. } 208$$

P = मुद्दल = रु. (1008 – 208) = 800

आता P = 800, t = 2, ∴ सरळव्याज = 208 आता व्याजदर काढू.

$$\text{व्याजदर} = \frac{100 \times \text{सरळव्याज}}{Pt} = \frac{100 \times 208}{800 \times 2} = 13\%$$

लक्षात ठेवा :

सरळ व्याजाची समीकरणे		
(1) $P = \dfrac{A}{1 + rt}$	(2) $r = \dfrac{A - P}{Pt}$	(3) $t = \dfrac{A - P}{Pr}$
(1) $P = \dfrac{100 \times 1}{rt}$	(2) $r = \dfrac{100 \times 1}{Pt}$	(3) $t = \dfrac{100 \times 1}{Pr}$

3.9 स्वअभ्यास 7

सोडवा.

3.9.6 16% दराने रु. 2500 मुद्दलाचे सरळव्याजाने 5 वर्षात किती व्याज होईल?

3.9.7 एका माणसाने रु. 500 कर्जाऊ घेतले. व्याजदर होता 5%. जर 4 वर्षात व्याजासह रक्कम परत करायची असेल तर त्याला किती रक्कम भरावी लागेल?

3.9.8 'अ' ने 'ब' ला रु. 3500, 10% दराने कर्जाऊ दिले. 'ब' ने तीच रक्कम 'क' ला 11.5% दराने 3 वर्षाकरता कर्जाऊ दिली; तर 'ब' ला किती फायदा झाला?

3.9.9 5% सरळव्याज दराने 500 रुपयांवर 50 रु. व्याज होण्यासाठी किती वर्षे लागतील?

3.9.10 अविनाशने 5000 रुपये संजयकडून उसने घेतले? 3 वर्षांनंतर व्याजापोटी संजयने 300 रुपये जास्त परत केले; तर सरळव्याजाचा दर काय?

3.9.11 अशोकने 5% सरळव्याजदराने 15000 रुपये कर्जाऊ घेतले. रक्कम परत करताना त्याने एकूण व्याज 2700 रुपये भरले; तर व्याजाचा दर काढा.

3.9.12 दीड वर्षाने 784 रुपये 15% सरळ दराने मिळण्यासाठी किती रुपये आज गुंतवावे लागतील?

3.9.13 राकेशने 6 वर्षांकरता काही रक्कम 5% सरळ व्याजाने कर्जाऊ घेतली; जर व्याजाची 6 वर्षांनंतरची रक्कम 1230 झाली असेल तर मुद्दल काढा.

3.9.14 3 वर्षांनी सरळ व्याजाने 800 रुपयाचे 920 रुपये होतात; जर व्याज दर 3% नी वाढला तर किती रक्कम झाली असती?

3.9.15 सतीशने 4 वर्षांकरता 10 टक्के सरळ दराने काही रक्कम कर्जाऊ घेतली. 4 वर्षांनी परत करताना त्याने व्याजासह मुद्दल धरून रु. 3500 परत केले. तर मुद्दल किती होते?

उत्तरे : (1) रु. 750 (2) रु. 600 (3) रु. 157.50
(4) 2 वर्षे (5) 2% (6) 6%
(7) रु. 640 (8) रु. 4100 (9) रु. 992
(10) रु. 2500

आता आपण चक्रवाढव्याज पाहू.

3.10 चक्रवाढव्याज

चक्रवाढव्याज म्हणजे जणू व्याजावरील व्याज. पहिल्या वर्षाचे व्याज मुद्दलात जमा करून त्यावर येणाऱ्या वर्षाकरता पुन्हा व्याज आकारले जाणे म्हणजे चक्रवाढ पद्धतीने व्याज आकारणी करणे होय.

3.10 स्वअभ्यास 8

3.10.1 दरवर्षी मोजणी केल्यास 2 वर्षाने, 16% दराने 6250 रुपयावरील चक्रवाढव्याज किती होईल?

3.10.2 दर सहा महिन्यांनी मोजणी केल्यास 5000 रुपयांचे 12% दराने एक वर्षाचे चक्रवाढव्याज किती होईल?

3.10.3 एका मुद्दलाची रास दोन वर्षांनी रु. 7350 आणि 3 वर्षांनी रु. 8575 होते. तर मुद्दल व व्याजदर काढा.

3.10.4 एका मुद्दलावरील चक्रवाढ व्याज 2 वर्षांनी 12% दरसाल या दराने रु. 1590 होते. सरळव्याज किती झाले असते?

एखादी ठेव ठेवल्यानंतर ठेव देणारा व ठेव घेणारा या दोघांच्या संमतीने पहिल्या वर्षाचे व्याज ठेवीदारास परत न करता ते व्याज मुद्दलात मिळवून आलेल्या राशीचे मुद्दल बनविले जाते आणि पुढील वर्षी त्या नव्या मुद्दलावर पुन्हा व्याज आकारणी केली जाते. हीच बाब कर्ज देण्या व घेण्याच्या बाबतीत लागू होते. याला चक्रवाढ पद्धतीने केलेली व्याज आकारणी म्हणतात. त्याची समीकरणे पुढीलप्रमाणे मुद्दल = P, व्याजदर (दरसाल, दर शेकडा) = r% कालावधी = n वर्षे; चक्रवाढ व्याज = CI, रास = A असे गृहीत धरून पुढील समीकरणे दिली आहेत.

(अ) दरसाल चक्रवाढ व्याजाने मोजणी होत असेल तर, $A = P\left(1+\dfrac{r}{100}\right)^n$

(आ) दरसहा महिन्यांनी चक्रवाढ व्याजाने मोजणी होत असेल तर, $P\left(1+\dfrac{r/2}{100}\right)^{2n}$

(इ) दर तीन महिन्यांनी चक्रवाढ व्याजाने मोजणी होत असेल तर, $P\left(1+\dfrac{r/4}{100}\right)^{4n}$

नमुना उदाहरण :

(25) 'अ' ने बँकेत 10000 रुपये द. सा. द. शे. 10 दराने 3 वर्षांकरता गुंतवले तर चक्रवाढव्याजाने किती रक्कम मिळेल?

P = 10000, r = 10%, n = 3

सूत्र :

$$A = P\left(1+\dfrac{r}{100}\right)^n$$

$$A = 10000\left(1+\dfrac{10}{100}\right)^3$$

$$A = 10000\left(1+\dfrac{10}{10}\right)^3$$

$$A = 10000\left(\dfrac{11}{10}\right)^3$$

$$A = 10000 \times \left(\dfrac{11}{10}\right)\left(\dfrac{11}{10}\right)\left(\dfrac{11}{10}\right)$$

$$A = 10 \times 1331$$

$$A = 13310$$

रु. 10000 या मूळ मुद्दलची 13310 एवढी रास तयार झाली.

रु. 13310 – रु. 10000 = रु. 3310 चे चक्रवाढव्याज मिळाले.

नमुना उदाहरण :

(26) द. सा. द. शे. 10 दराने रु. 9000 चे 2 वर्षांचे चक्रवाढ व्याज किती?

P = 9000. r = 10%, n = 2

सूत्र $= A = P\left(1+\frac{r}{100}\right)^n$

$$A = 9000\left(1+\frac{10}{100}\right)^2$$

$$A = 9000\left(1+\frac{1}{10}\right)^2$$

$$A = 9000\left(\frac{11}{10}\right)^2$$

$$A = 9000 \times \left(\frac{11}{10}\right)\left(\frac{11}{10}\right)$$

$A = 90 \times 121$

$A = 10890$

रु. 9000 या मूळ मुद्दलाची 10890 एवढी रास तयार झाली. रु. 10890 रु. 9000 = रु. 1890 हे चक्रवाढव्याज मिळाले.

आता हे उदाहरण स्वत: सोडवा.

उदाहरण (3) द. सा. द. शे. 12.5 दराने रु. 64000 चे 3 वर्षांचे चक्रवाढव्याज किती?

आता दर सहामहिन्यांनी जेव्हा व्याजाची मोजणी होते तेव्हा चक्रवाढव्याज कसे काढतात ते पाहू.

सहामाही व्याज मोजणी

- दर सहा महिन्यांनी चक्रवाढव्याजाने मोजणी होत असेल तर, $P\left(1+\frac{r/2}{100}\right)^{2n}$

व्याज म्हणजे r वर्षातून दोनदा मोजले जाईल. यासाठी n अक्षराने दाखवलेला कालावधी आता दुप्पट करावा लागेल आणि व्याजही दोनदा दिले जाईल, त्यामुळे एकावेळचे व्याज निम्मे होईल, म्हणूनच r/२ वरील एकदा सोडवलेलेच उदाहरण घेऊ.

नमुना उदाहरण

(27) द.सा.द.शे. 10 दराने रु. 9000 चे 2 वर्षांचे दर सहा महिन्यांनी व्याज मोजले

गेल्यास चक्रवाढव्याज किती? P = 9000, r = 10%, n = 2

आपल्या सूत्रानुसार, $A = 9000 \left(1 + \dfrac{10/2}{100}\right)^{2(2)}$

$A = 9000 \left(1 + \dfrac{5}{100}\right)^{4}$

$A = 9000 \left(\dfrac{21}{20}\right)\left(\dfrac{21}{20}\right)\left(\dfrac{21}{20}\right)\left(\dfrac{21}{20}\right)$

दर सहा महिन्यांनी व्याज आकारणी केल्यामुळे 2 वर्षांनी रु. 10939.55 एवढी रास तयार झाली. आता हेच गणित दर तीन महिन्यांनी व्याज आकारणी केली तर कसे सोडवायचे ते पाहू.

तिमाही व्याज मोजणी

व्याज म्हणजे r वर्षातून चारदा मोजले जाईल. यासाठी n अक्षराने दाखवलेला कालावधी आता चौपट करावा लागेल आणि व्याजही चारदा दिले जाईल, त्यामुळे एकावेळचे व्याज पावपट होईल, म्हणून r/4

सूत्र = $A = P\left(1 + \dfrac{r/4}{100}\right)^{4n}$ आपल्या उदाहरणानुसार,

$A = 9000 \left(1 + \dfrac{10/4}{100}\right)^{4(2)}$

$A = 9000 \left(1 + \dfrac{2.5}{100}\right)^{8}$

कॅल्क्युलेटर वापरा.

$A = 9000 \times (1.025)^{8}$

$A = 9000 \times 1.2184$

$A = 10965.62$

दर तीन महिन्यांनी व्याज आकारणी केल्यामुळे 2 वर्षांनी रु. 10965.62 एवढी रास तयार झाली; एक तक्ता तयार करू. तक्त्यामध्ये पहिले गणित सोडवले आहे, त्यानुसार बाकीची सोडवा.

नमुना उदाहरण :

नमुना उदाहरण	रक्कम रु.	व्याज दर (%)	कालावधी (वर्षे)	वार्षिक व्याज (रु.)	सहामाही व्याज (रु.)	तिमाही व्याज (रु.)
27	9000	10	2	10890	10939.55	10965.62
28	10000	08	2			
29	20000	12	2			
30	15000	16	2			
31	5000	08	2			
32	70000	04	2			
33	60000	08	2			
34	35000	12	2			

उत्तरे :

नमुना उदाहरण	रक्कम रु.	व्याज दर (%)	कालावधी (वर्षे)	वार्षिक व्याज (रु.)	सहामाही व्याज (रु.)	तिमाही व्याज (रु.)
27	9000	10	2	10890	10939.55	10965.62
28	10000	08	2	11664	11698.58	11716.59
29	20000	12	2	25088	25249.53	25335.40
30	15000	16	2	20184	20407.33	20528.53
31	5000	08	2	5832	5849.29	5858.29
32	70000	04	2	75712	75770.25	75799.96
33	60000	08	2	69984	70191.51	70299.56
34	35000	12	2	43904	44186.69	44336.95

◆ ◆

भाग २

सांख्यिकी व संशोधन पद्धती

Statistics and Resarch Methodology

प्रकरण ४

संख्याशास्त्राची ओळख
(Introduction to Statistics)

4.1 स्वअभ्यास - 1

आता हा स्व अभ्यास सोडवा पाहू –

4.1.1 खाली एक स्तंभ आलेख दिला आहे, त्यावरून तुम्हाला काय काय माहिती मिळते आहे ती लिहा.

स्तंभालेख -१ : भारतीय कर्जे

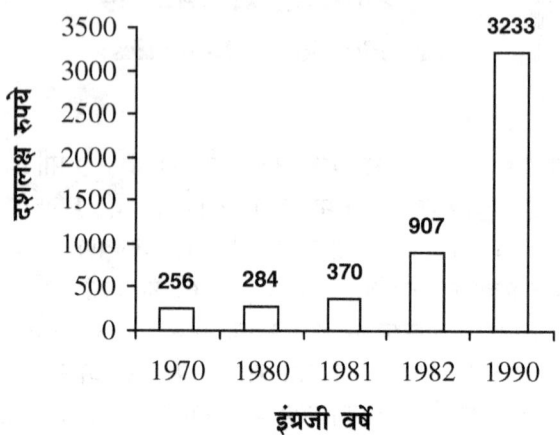

4.1.2 खाली एक स्तंभ आलेख दिला आहे, त्यावरून तुम्हाला काय काय माहिती मिळते आहे ती लिहा.

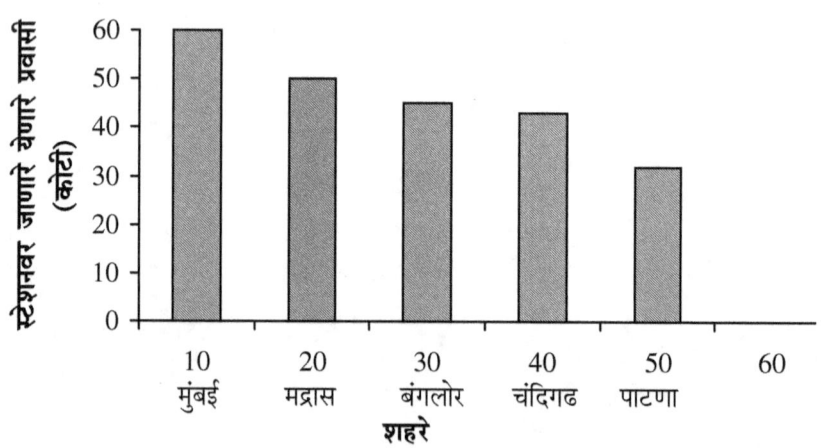

4.1.3 शासकीय महसूल आणि खर्चासंबंधीचा खाली दिलेला आलेख काय काय माहिती देतो?

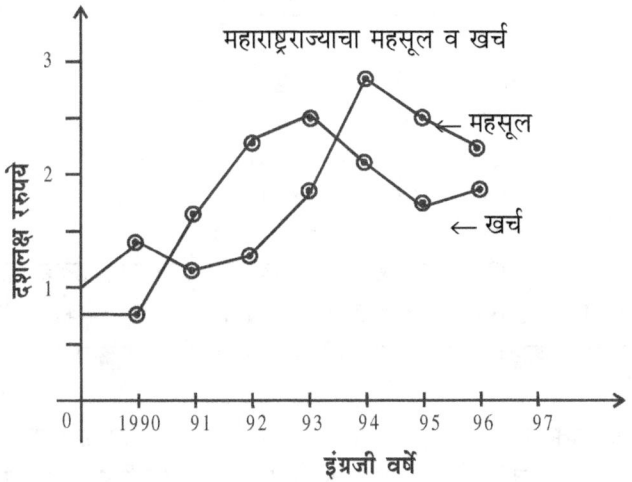

4.1.4 खाली दिलेला वर्तुळाकार आलेख कशासंबंधी आणि कोणती माहिती देतो?

जगभरातील निर्वासित

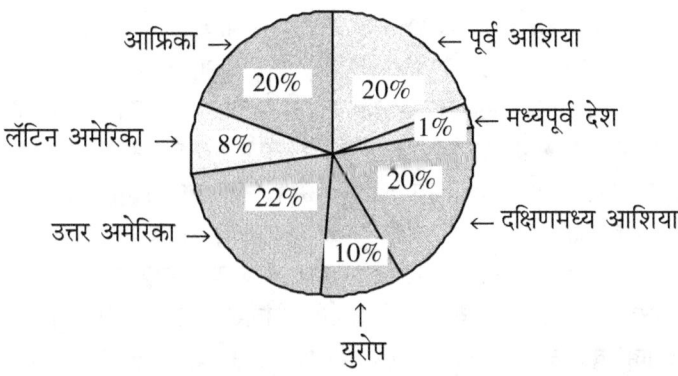

सर्वसाधारण संख्याशास्त्राच्या प्रश्नांपेक्षा या प्रश्नांचे स्वरूप वेगळे आहे ना? साधारणपणे तुम्हाला काही माहिती देतात आणि त्यावरून स्तंभ, रेषा इ. आलेख काढायला सांगतात. या ठिकाणी आलेख काढलेलेच आहेत. ते काय सांगत आहेत हे तुम्ही वाचायचे आहे. उदाहरणार्थ, पहिला आलेख आहे भारतीय कर्जाबाबतचा. 1950 ते 1990 पासून देशावरचा कर्जाचा बोजा दाखवला आहे. आता त्याची सारणी बनवू. पहा.

सारणी 1

वर्ष	कर्ज (रु. कोटी)
1950	256
1960	284
1970	370
1980	907
1990	3233

आता हीच माहिती मध्ये समजा वाक्यांमध्ये लिहिली. उदाहरणार्थ, 1950 मध्ये भारताला रु. 256 कोटी कर्ज होते. 1960 मध्ये रु. 284 कोटी होते. 1970 मध्ये ते रु. 370 कोटीं एवढे झाले आणि 1990 मध्ये ते एकदम रु. 3223 कोटीं एवढे झाले.

काय फरक आहे तीनही मांडण्यांमध्ये? सगळ्यात पटकन कळणारी, समजणारी कोणती पद्धती वाटते? स्वाभाविकच तुम्ही म्हणाल की पहिला जो स्तंभ आलेख काढला आहे त्यातून लगेच माहिती मिळते. ही माहिती त्याच्या चित्रवत असणाऱ्या मांडणीमुळे चटकन् आपले लक्ष वेधून घेते आणि लगेच आकलनही होते.

अशा प्रकारची मांडणी करण्यासाठी काही प्राथमिक स्वरूपाची माहिती आधी गोळा केली गेली. त्याचे वर्गीकरण केले गेले. ती माहिती गोळा करण्याच्या काही पद्धती आहेत, त्याच्या वर्गीकरणाच्या काही पद्धती आहेत. ही आकडेवारी आली कोठून? ती कशी गोळा केली गेली? कशासाठी केली गेली? या सर्व प्रश्नांची उत्तरे म्हणजे संख्याशास्त्र आहे. संख्याशास्त्र म्हणजे कोणत्यातरी उद्दिष्टाने सर्वेक्षण करून आकडेवारी गोळा करणे, त्याचे विश्लेषण करणे आणि त्याचे निष्कर्ष मांडणे. एका अर्थाने अत्यंत रूक्ष अशी आकडेवारी गोळा करायची, समोर मांडून तिचा अभ्यास करायचा आणि त्यातून काही सत्य जगासमोर आणायचे म्हणजे 'संख्याशास्त्र'. हा रूक्ष अभ्यास आपल्यासमोर येताना रंगीबेरंगी आलेखामार्फत रंजक स्वरूपात येतो. विषय कितीही कंटाळवाणा असला तरी मांडणी लक्षवेधी करता येते. त्या संबंधीचे सत्य मांडणारे आलेख सुंदर दिसतात. ते पुरेसे स्पष्ट असतात त्यामुळे ते चटकन् समजतात.

आपण अर्थशास्त्राचे विद्यार्थी संख्याशास्त्र किंवा सांख्यिकीचा अभ्यास करतो आहोत त्यामागे हेच कारण आहे. अर्थशास्त्रामधले असंख्य प्रश्न अशा प्रकारे सर्वेक्षण, आकडेवारी, परीक्षण आणि सत्यशोधन या मार्गाने आपण पटकन् आकलन होईल अशा पद्धतीने मांडू शकतो.

4.2 संख्याशास्त्राची ओळख

संख्याशास्त्र या शब्दातच त्याचा अर्थ दडला आहे. संख्यांवर आधारित असलेले शास्त्र. या शब्दामध्ये शास्त्र हा शब्द आहे. प्रत्यक्ष प्रमाणाने जे सिद्ध करता येते ते शास्त्र. प्रत्यक्ष आकडेवारी देऊन, म्हणजेच संख्या समक्ष दाखवून एखादी बाब, घटना सिद्ध करता येते, म्हणून ते संख्याशास्त्र. संख्याशास्त्राचा उपयोग वेगवेगळ्या प्रकारच्या शास्त्रशाखांमध्ये केला जातो. संख्याशास्त्र म्हटले की आपल्या डोळ्यांसमोर असंख्य आकडेवारी, तक्ते, आकृत्या आलेख उभे राहातात आणि ते काहीअंशी खरेही आहे. संख्याशास्त्रामध्ये कोणतीही बाब मांडताना, करताना आकडेवारीचा आधार घेतलेला असतो. संख्याशास्त्रातच कशाला, कोणतीही बाब ठासून सांगताना आपण आकडेवारीचा आधार घेतो. स्त्री-भ्रूणहत्येच्या बाबतीत कोणतेही विधान करताना प्रथम आधार घेतला जातो तो दर हजारी पुरुष जन्मांमागे किती स्त्रियांचा जन्म होतो याचा. भारतातील लोकसंख्या असो किंवा चीनमधील, जगातील एकूण लोकसंख्येची आकडेवारी घेतल्याशिवाय हा विषय पूर्ण होतच नाही. जागतिक तापमानवाढीसंबंधी बोलायचे तर कोणता देश किती कार्बनडायऑक्साईड बाहेर टाकतो, किती विमाने उडवतो, किती अणुस्फोट करतो याची आकडेवारी घ्यावीच लागते.

आपला विषय किंवा मुद्दा मांडताना सामाजिक शास्त्रांमध्ये संख्याशास्त्राला फार महत्त्वाचे स्थान आहे. आकडेवारी गोळा करून त्याचे विश्लेषण करणे हा त्या अभ्यासाचाच एक भाग आहे. परंतु, हे विश्लेषण फार क्लिष्ट, कटकटीचे, लांबलचक होऊ नये म्हणून पटकन् समजणारे आलेख, रंगीबेरंगी आकृत्या दाखवून आपल्या विश्लेषणालाही संख्याशास्त्राचा आधार दिला जातो.

सामाजिक शास्त्रे आकडेवारीवर फार अवलंबून असतात. अर्थशास्त्रापुरता विचार केला तर बचत, गुंतवणूक, उपभोग, जन्म, मृत्यू, लोकसंख्या, उत्पादन, उत्पन्न, शिक्षण इत्यादि सर्व आकडेवारी असल्याशिवाय अर्थशास्त्रासंबंधित एकही विधान मांडताच येत नाही. त्यामुळे सामाजिक शास्त्रांमध्ये अर्थशास्त्र संख्याशास्त्राशी सगळ्यात जास्त संबंधित आहे. अर्थशास्त्रातील विधाने आकडेवारीच्या आधारे सत्य कथन करत असतात. आपले म्हणणे लोकांपर्यंत पोचविण्याचा हा सगळ्यात सोपा, जवळचा, अर्थपूर्ण आणि स्पष्ट मार्ग आहे; अशा आकडेवारीच्या आधारे केलेली विधाने, आकडेवारीच्या विश्लेषणातून काढले गेलेले निष्कर्ष हे शासनाला धोरण निश्चिती करण्यासाठी उपयोगी पडतात; म्हणून संख्यांच्या आधारावर बेतलेले शास्त्र म्हणजे 'संख्याशास्त्र' अशी सोपी व्याख्या करता येईल. तसेच काही उद्दिष्ट डोळ्यांसमोर ठेवून आकडेवारी गोळा करणे, ती व्यवस्थित तक्ताबद्ध करणे आणि सारांशरूपी सरासरी मिळवणे म्हणजे 'सांख्यिकी'.

4.3 सांख्यिकी म्हणजे काय?

वर्तमानपत्रामध्ये आपण बातमी वाचतो की सिगारेट्सच्या किमती 25% नी वाढल्यावर मागणी 15% नी कमी झाली व त्यामुळे सरकारच्या तिजोरीत जमा होणाऱ्या कराच्या उत्पन्नात 10% घट झाली. हे आकडे कसे मिळाले? ते कितपत बरोबर असतात? किंमत आणि मागणी यांच्यातील संबंध दाखवणारी ही बातमी, आकडेवारीमुळे अधिक स्पष्ट आणि ठाशीव स्वरूपाची होते. किंमत आणि मागणी यांच्यातील संबंध दाखवणारे ते नुसते विधान राहात नाही. 'बेकारीमुळे गुन्हे वाढतात', 'पैशाचा पुरवठा वाढला की किंमती वाढतात' किंवा 'संघटना निर्माण झाल्या की संप होतात' ही नुसती विधाने आहेत. ही विधाने जोवर प्रत्यक्ष आकडेवारी (संख्या) घेऊन तपासून मांडली जात नाहीत तोवर त्या विधानांना सत्यता प्राप्त होत नाही. कधी कधी तर विधानांच्या विरोधी निष्कर्ष निघू शकतात. यालाच आपण सांख्यिकीच्या आधारे एखाद्या विधानाची सत्यता पडताळून पहाणे असे म्हणतो. सांख्यिकीच्या आधारे आर्थिक, सामाजिक, नैसर्गिक व शारीरिक प्रश्नांचा अभ्यास करता येतो. सांख्यिकीला स्वत:चा असा हेतू नसतो. सांख्यिकी नेहमीच दुसऱ्या कोणत्यातरी शास्त्राला मदत करत असते, मात्र सांख्यिकीशिवाय कोणत्याच शास्त्राला परिपूर्णता येत नाही इतकी ती महत्त्वाची आहे.

संख्याशास्त्राच्या व्याख्या अनेक तज्ज्ञांनी केलेल्या आहेत. सर्वात परिपूर्ण आणि सांख्यिकीचा सर्वांगीण विचार करणारी व्याख्या संख्याशास्त्र तज्ज्ञ होरास सॉक्रेस्टने मांडली आहे. त्याच्या मते, सांख्यिकी म्हणजे काही विशिष्ट उद्देशाने प्रभावित होऊन संग्रहित केलेल्या माहितीची सरासरी. या संख्या गोळा करण्याची कारणे वेगवेगळी असतात.

उद्दिष्टांनी प्रभावित होऊन त्यांची सत्यासत्यता तपासली जाते व त्याच्यातील परस्परसंबंध लक्षात घेऊनच त्यांची मांडणी केलेली असते. एकूणच सगळ्या व्याख्या पाहिल्या तर सांख्यिकीमध्ये पुढील बाबींचा नक्की समावेश असला पाहिजे. –

(1) सांख्यिकी म्हणजे पूर्ण नियोजित उद्दिष्टांनी संग्रहित केलेली माहिती होय – कोणतेही विधान तपासून पाहायचे असेल तर त्या विधानाच्या अनुषंगाने माहिती गोळा केली जाते. मागणी आणि किंमत यांच्यातील सहसंबंध सांगण्यासाठी, करासंबंधी काही धोरण ठरविण्यासाठी, लोकसंख्येबाबत काही निर्णय घेण्यासाठी त्या त्या माध्यमातून माहिती मागवली जाते. करासंबंधी धोरण ठरविण्यासाठी जी आकडेवारी किंवा माहिती गोळा केली जाते ती तशीच लोकसंख्येसाठी काही निर्णय घेण्यासाठी उपयोगी पडतेच असे नाही.

(2) सांख्यिकी विधानामध्ये संख्यात्मक माहितीचा आधार असलाच पाहिजे म्हणजे

कोणतेही विधान करताना संख्यात्मक माहितीचा आधार असलाच पाहिजे. उदाहरणार्थ, भारतात पुरुषांपेक्षा महिलांचे प्रमाण कमी आहे; हे विधान सर्वसाधारण विधान आहे तर दर हजारी पुरुषांमागे 937 स्त्रिया आहे हे विधान सांख्यिकी आहे.

(3) अनेक संख्यांची काढलेली सरासरी ही देखील सांख्यिकी असू शकते. – सांख्यिकी म्हणजे दर वेळेस अनेक संख्या ओळीने मांडल्या आहेत असे नसते तर एखादी एकटी–दुकटी संख्या देखील सर्व संख्यांचे प्रतिनिधित्व करते आणि म्हणून तिला सांख्यिकीचे महत्त्व प्राप्त होते. जेव्हा सर्व संख्यांची सरासरी काढून एकच संख्या मांडली जाते तेव्हा त्या एकाच संख्येमागे अनेक संख्या असतात. उदाहरणार्थ आपले वरील विधान – दर हजारी पुरुषांमागे 937 स्त्रिया आहेत – या विधानातील 937 ही संख्या दिसताना जरी एकच संख्या दिसली तरी भारतातील सर्व राज्यांची आकडेवारी गोळा करून त्यांची सरासरी काढून संपूर्ण भारताची म्हणून एक संख्या दिली जाते.

(4) सांख्यिकी मध्ये दोन प्रकारे विधाने केली जातात एक म्हणजे प्रत्यक्ष मोजून आणि दुसरे म्हणजे काही अंदाज वर्तवून. मात्र, या विधानांना काही कारण असते हे निश्चित! उदाहरणार्थ, वर्गात 25 मुले आहेत आणि अमुक एका मान्यवरांच्या सभेला 10 हजार माणसे जमली होती ही दोन्ही विधाने सांख्यिकी आहेत पण पहिले विधान वर्गातील मुले मोजून केलेले विधान आहे तर दुसरे विधान अनुभवाच्या आधारे, अंदाजे वर्तवलेले आहे. गर्दीचा अंदाज देण्यासाठी दुसरे विधान उपयोगी पडते; असे विधान नेमक्या संख्येत मोजून मापायचे नसते हे आपणासही माहीत असते.

(5) दोन समान बाबींमधील परस्परसंबंध सांख्यिकीद्वारे आपणास समजतो – आपण केलेल्या विधानासाठी किंवा अंदाजासाठी आकडेवारी गोळा केली जाते अशी आकडेवारी एकत्रित साठवली जाते. या साठवलेल्या आकडेवारी तुलना करण्यासाठी वापर केला जाऊ शकतो आणि तो तसा करतातही. माहिती किंवा आकडेवारी गोळा करण्याचे जे दोन मार्ग आहेत ते आपण पुढे पाहाणारच आहोत. परंतु, आपण आपल्याकरता गोळा केलेली सध्याची आकडेवारी आणि कोणीतरी आधी गोळा केलेली आधीच्या किंवा गत काळातील माहिती यांची आपणास तुलना करता येते. उदाहरणार्थ, 1991 सालची लोकसंख्या 2001 सालची लोकसंख्या आणि सध्या चालू असलेली जनगणना यांची तुलना आपण करू शकतो. मात्र, अशी तुलना करताना माहितीचा विषय सारखा असावा. दोन देशांच्या राष्ट्रीय संपत्तीची एकमेकांशी तुलना करताना वर्ष एकच असावे. किमतीची तुलना करताना वस्तू सारख्याच

असाव्या आणि त्या एकाच मापनाने मोजल्या जाव्या. उदाहरणार्थ, किती चिक्कू आणि किती दूध यांची तुलना होणार नाही म्हणून जर दोन ठिकाणच्या चिक्कूंची तुलना करायची ठरवली तर एका ठिकाणचे चिक्कू डझनामध्ये आणि दुसरीकडील किलोमध्ये मोजले जाऊ नयेत. सांख्यिकी मांडताना ही काळजी घेतलीच पाहिजे.

अशी सर्व वैशिष्ट्ये असणाऱ्या माहितीला 'सांख्यिकी' म्हणतात. सांख्यिकी विधान काळजीपूर्वक मांडावे लागते. सांख्यिकी विधाने संख्यात्मक असतात; पण सर्व संख्यात्मक विधाने सांख्यिकी असतीलच असे नाही.

सांख्यिकीच्या आधारे निष्कर्ष काढताना काळजी घ्यावी लागते. सांख्यिकी हे एक तंत्र आहे. ते वापरताना काळजी घेतलीच पाहिजे; आपण ज्या माहितीच्या आधारे निष्कर्ष काढणार आहोत ती माहिती तांत्रिक दृष्ट्या अचूक असली पाहिजे, ती पूर्वग्रह विरहित असली पाहिजे आणि तिच्या आधारे जो अभ्यास करणारा अभ्यासक आहे त्याने देखील पूर्वग्रह दूषित दृष्टिकोन न ठेवता आपला दृष्टिकोन तपासून पाहून पूर्णपणे निरपेक्ष भावनेने मिळालेल्या आकडेवारीचा अभ्यास करावा. आता सांख्यिकीसाठी माहिती कशी मिळवली जाते ते पाहू.

4.4 संख्यात्मक स्वरूपातील माहिती मिळवणे

सांख्यिकी म्हणजे केलेल्या अंदाजाची परीक्षा करणारे शास्त्र आहे. आपण काही एक अंदाज करतो आणि तो अंदाज बरोबर आहे की नाही हे तपासण्यासाठी माहिती मिळवतो. म्हणून अशी माहिती मिळवण्यामागे काही एक स्पष्ट कारण असते. ही माहिती आपण दोन प्रकारे मिळवू शकतो.

(1) प्राथमिक स्रोत (2) दुय्यम स्रोत

4.4.1 प्राथमिक स्रोतातून माहिती मिळवणे

जेव्हा अभ्यासक स्वत: लोकांच्या भेटीगाठी घेऊन, प्रश्नावलीच्या साहाय्याने किंवा प्रत्यक्ष मुलाखती घेऊन माहिती मिळवतो आणि माहितीचे संग्रहण करतो त्याला 'प्राथमिक माहिती' असे म्हणतात; अशी मिळवलेली माहिती प्रथमहस्त (First hand) असते; अशा माहिती मिळवण्याच्या पद्धती पुढीलप्रमाणे आहेत.

(1) मुलाखत – (अ) प्रत्यक्ष, (आ) अप्रत्यक्ष

(2) प्रतिनिधींमार्फत माहितीचे संग्रहण –

(3) प्रश्नावली भरून घेऊन – (अ) प्रत्यक्ष भेटून प्रश्नावली भरणे,
(आ) दूरध्वनी, इंटरनेट इ. चा वापर करून प्रश्नावली भरून घेणे,
(इ) पोस्टाने माहिती मागवणे.

आता आपण प्रत्येक बाबीचा सविस्तर विचार करू.

(1) मुलाखत – (अ) प्रत्यक्ष, (आ) अप्रत्यक्ष

(अ) प्रत्यक्ष मुलाखत – अभ्यासकाला आपल्या मांडलेल्या विधानाला पुष्टी देण्यासाठी आकडेवारी गोळा करायची असते. आपले विधान सत्य आहे किंवा नाही हे आकडेवारीच्या आधारे सिद्ध करायचे असते, त्यामुळे समक्ष लोकांना समक्ष भेटून त्यांना आपल्या कामाची, अभ्यासाची माहिती देऊन असा अभ्यास करण्यामागचा उद्देश सांगून लोकांच्या मुलाखती घ्यायच्या असतात. त्याला 'प्रत्यक्ष मुलाखत' असे म्हणतात.

अशी माहिती मिळवल्यामुळे अभ्यासकाला खऱ्या परिस्थितीची जाणीव होते, आणि ज्याच्याकडून माहिती गोळा करत आहे त्यांच्याशी बोलल्यामुळे बऱ्याचदा खरी माहिती मिळते. माणसे लपवाछपवी करत नाहीत, करत असले तर ते मुलाखत घेताना चटकन् लक्षात येऊ शकते. शिवाय समक्ष भेटल्या-बोलल्यामुळे संबंध प्रस्थापित होतात त्याचाही फायदा होतो.

(आ) अप्रत्यक्ष मुलाखत – अप्रत्यक्ष माहिती मिळवणे म्हणजे ज्याच्या-संबंधी माहिती मिळवायची आहे त्याच्याशी न बोलता त्याच्या संबंधितांशी, शेजाऱ्यांशी, नातेवाईकांशी बोलून माहिती मिळवायची असते. जेव्हा एखाद्या बाबतीत मुलाखतकार खरी माहिती देणार नाही असे वाटते तेव्हा अशी माहिती मिळवावी लागते. व्यसनाधीनतेसंबंधी अभ्यास करताना प्रत्यक्ष व्यसनाधीन माणूस कधीही खरी माहिती देणार नाही, म्हणून त्याच्या कुटुंबियांशी बोलून माहिती मिळवावी लागते. कोणत्याही गंभीर गुन्ह्याच्या बाबतीत पोलिस चौकशी करतात तेव्हा ती बऱ्याचदा अप्रत्यक्ष चौकशी असते. आयकर अधिकारी, पोलिस, मानसोपचारतज्ज्ञ या सर्वांच्या कधी कधी अप्रत्यक्ष मुलाखती घेऊन माहिती मिळवावी लागते.

(2) प्रतिनिधींमार्फत माहितीचे संग्रहण – काही वेळेस प्रत्यक्ष संशोधनकर्ता सर्वच ठिकाणी पोहोचू शकत नाही अशा वेळेस तो आपले प्रतिनिधित्व त्या त्या ठिकाणच्या प्रतिनिधीला देतो. प्रतिनिधी माहिती संकलित करतो आणि अभ्यासकर्त्यापर्यंत पोहोचवतो.

(3) प्रश्नावली भरून घेऊन – (अ) प्रत्यक्ष भेटून प्रश्नावली भरणे, (आ) दूरध्वनी, इंटरनेट इ. चा वापर करून प्रश्नावली भरून घेणे, (इ) पोस्टाने माहिती मागवणे

अशी माहिती संकलित करताना सर्वांना सारखेच प्रश्न विचारले जावेत, गप्पा मारून माहिती मिळवण्याच्या नादात काही विचारायचे राहून गेले असे होऊ नये म्हणून हातात स्पष्ट प्रश्नावली असेल तर सविस्तर माहिती गोळा होते. प्रश्नावली

भरून घेताना संशोधनकर्ता प्रत्यक्ष भेटून माहिती विचारतो आणि प्रश्नावली भरून घेतो किंवा त्याचा प्रतिनिधी हे काम करतो असे आपण पाहिले. त्यातही आता आधुनिकीकरण झाले आहे. आता प्रत्यक्ष माणसे भेटणे अवघड झाले आहे, समक्ष भेटून प्रश्नावली भरून द्यायला लोक टाळाटाळ करतात; अशा वेळेला प्रश्नकर्त्याने वेबसाईटवर प्रश्नावली टाकली तर ती वेबसाइट जगभरातून कोठूनही, कोणालाही पाहाता येते व त्याच्या त्याच्या सोयीनुसार वेळ काढून प्रश्नावली भरूनही देता येते. त्यामुळे प्राथमिक स्वरूपाची आकडेवारी गोळा करण्यासाठी आता अधिक विस्तृत असा पाया निर्माण झाला आहे.

प्राथमिक स्त्रोतातून मिळवलेली माहिती अधिक विश्‍वसनीय समजली जाते आणि संशोधनकर्त्याचा समक्ष संपर्क असल्यामुळे त्याला व्यक्तिगत स्पर्श असतो.

4.4.2 दुय्यम स्त्रोतातून माहिती मिळवणे

माहिती मिळवण्याचे दुय्यम स्त्रोत म्हणजे, आधीच गोळा झालेली, प्रकाशित-अप्रकाशित अशी सर्व माहिती. दुय्यम स्त्रोतातून मिळालेली माहिती याचा अर्थ दुसऱ्या कोणीतरी आधीच माहिती घेऊन संकलित केलेली माहिती. ही माहिती जरी अप्रकाशित असली तरी ती लिखित स्वरूपात असावी लागते. निरनिराळी वाचनालये, शासकीय माहिती संग्रहित करणारी ग्रंथालये, शासकीय कचेऱ्यामधून उपलब्ध होणारी माहिती, निरनिराळ्या खात्यांचे प्रसिद्ध होणारे अहवाल, जर्नल्स, त्यात प्रकाशित झालेले अभ्यासकांचे लेख त्यात वापरलेली आकडेवारी व माहिती जेव्हा अभ्यासक वापरतो तेव्हा ही माहिती दुय्यम स्त्रोतातून मिळवली आहे असे म्हणतात.

(1) व्यक्तिगत लेख वा निबंध – यात प्रकाशित किंवा अप्रकाशित स्वरूपात ठेवलेली आत्मचरित्रे, जीवनचरित्रे, दैनंदिनी, पत्रे, संस्मरणे, लेख व निबंध इत्यादींचा समावेश होतो.

(2) सार्वजनिक लेख – हे लिखाण बऱ्याच वेळेला प्रसिद्ध स्वरूपातच उपलब्ध असते. यामध्ये काही शासकीय रेकॉर्ड्‌स, दुर्मिळ ग्रंथ व लिखाण, संशोधन अहवाल तसेच आंतरराष्ट्रीय अहवाल, शासकीय आयोग, परिषदा व समित्यांचे अहवाल व त्यात प्रसिद्ध झालेले संशोधनपर लिखाण, शासनाकडून अधिकृत प्रसिद्ध झालेली गॅझेट्‌स, पुस्तके, नियमित प्रसिद्ध होणारी वर्तमानपत्रे, मासिके इ. सर्व माहितीचा समावेश होतो.

या प्रकारच्या माहिती संकलनामध्ये नमुना मोठा असला तरी माहिती मिळू शकते. ही माहिती जरी दुसऱ्या कोणीतरी गोळा केलेली असली तरी या माहितीची विश्वसनीयता स्त्रोतांवर अवलंबून असते. जागतिक पातळीवरील अभ्यास किंवा देशपातळीवरील अभ्यास करताना प्राथमिक स्त्रोत वापरणे अवघड होते व काही वेळा

अशक्य असते; म्हणून दुय्यम स्रोतांवर अवलंबून राहाणे व त्यानुसार आपले विश्लेषण मांडणे हे अभ्यासकाच्या दृष्टीने सोयीचे असते.

4.5 माहितीचे वर्गीकरण

प्राथमिक आणि दुय्यम अशा दोन्ही स्रोतांमधून माहिती (Information) मिळते, यातूनच आपण आकडेवारी (Data) मिळवतो. आता अशी माहिती मिळाल्यानंतर त्या माहितीच्या विश्लेषणासाठी सांख्यिकीचा कसा उपयोग होतो ते पाहायचे आहे. दहावीपर्यंतच्या अभ्यासामध्ये आपण वारंवारिता विभागणी, वर्गांतर इत्यादी थोडेफार शिकलो आहोतच. पहा बरं पुढील स्व-अभ्यास सोडवता येतो का ते?

स्वअभ्यास 1

4.5.1 द्वितीय वर्ष कला शाखेमध्ये अर्थशास्त्र पेपर क्र. 1 मध्ये 20 विद्यार्थ्यांना मिळालेले गुण खाली दिलेले आहेत. या आकडेवारीवरून खंडित मालिका तयार करा.

21, 20, 20, 22, 20, 22, 30, 21, 22, 30, 21, 22, 25, 30, 21, 25, 20, 22, 21, 20

4.5.2 एका कारखान्यामध्ये 44 कामगार असून प्रत्येकाला त्याने आठवड्याला केलेल्या कामाच्या तासांनुसार व कामगाराच्या श्रेणीनुसार वेतन मिळते. पुढील आकडेवारीवरून वेतनश्रेणीची संतत पदमाला (श्रेणी) तयार करा.

567, 768, 555, 665, 567, 987, 678, 786, 765, 989, 786, 675, 767, 678, 789, 987, 876, 765, 675, 567, 923, 643, 743, 832, 809, 654, 743, 832, 632, 644. 735, 642, 833, 766, 544, 533, 922, 855, 754, 767, 768, 655, 764.

4.5.3 एका खेडेगावातील 35 कुटुंबांच्या सर्वेक्षणातून कटुंबातील मुलांच्या संख्येची आकडेवारी पुढील प्रमाणे मिळाली आहे. त्यावरून खंडित वारंवारिता सारणी तयार करा.

1, 0, 2, 4, 3, 2, 3, 5, 3, 2, 1, 6, 5, 3, 2, 4, 3, 2, 4, 3, 5, 3, 2, 1, 2, 0, 2, 4, 2, 5, 3, 4, 3, 4, 5.

4.5.4 खाली दिलेल्या आकडेवारीवरूनच संचयित वारंवारिता सारणी तयार करा.

कुटुंबातील मुलांची संख्या	कुटुंबे
0	010
1	040
2	080
3	100
4	250
5	150
6	050

4.5.5 पुढे एका प्रसिद्ध कवितेच्या ओळी दिल्या आहेत. त्यातील शब्दांची त्यात समाविष्ट झालेल्या अक्षरांप्रमाणे वारंवारिता सारणी करा. सर्व विरामचिन्हे वगळा.

बलाकमाला उडता भासे कल्पसुमांची माळचि ते
उतरूनी येती अवनीवरती ग्रहगोलची की एकमते
फडफडकरूनी भिजले अपुले पंख पाखरे सावरती,
सुंदर हरिणी हिरव्या कुरणी निज बाळांसह बागडती.

वरील उदाहरणांची उत्तरे फार मोठी जागा व्यापणारी आहेत, म्हणून स्वतंत्रपणे दिलेली नाहीत. पुढे हीच उदाहरणे सोडवून दाखवलेली आहेत त्याच्याशी आपली उत्तरे पडताळून पहा आणि एका गणिताला 2 गुण याप्रमाणे 10 पैकी किती गुण मिळतात ते पहा.

आता आपण माहितीच्या वर्गीकरणाकडे वळू.

4.6 वारंवारिता वर्गीकरण (Frequency Distribution)

वारंवारिता म्हणजे दिलेल्या आकडेवारीमध्ये एखादी संख्या किती वेळा आली आहे ते पाहणे. आपली आकडेवारी अभ्यासताना त्या आकडेवारीची विभागणी करावी लागते. ही विभागणी विश्लेषण करण्यासाठी आवश्यक असते. विभागणी करताना एका बाजूला संख्यांची वर्गवारी मांडायची. वर्गवारी म्हणजे संख्यांचे गट करायचे. उदाहरणार्थ 0 ते 10, 10 ते 20, 20 ते 30 असे. प्रत्येक गटासमोर दिलेल्या आकडेवारीतील त्या गटातील संख्या किती वेळा आली आहे ते मांडायचे. त्याला वारंवारिता म्हणतात; अशी वारंवारिता कशी काढायची यासंबंधी विस्तृत विवेचन पुढे आले आहे. असे गट पाहून त्या त्या गटासमोर दिलेल्या आकडेवारीतील

संख्यांची वारंवारिता मांडणे म्हणजे वारंवारिता सारणी तयार करणे होय.

सर्वेक्षण, परीक्षण, मुलाखती इ. मार्फत मिळालेली माहिती ही प्रश्नोत्तरांच्या स्वरूपात असते, किंवा सारणींच्या (टेबलांच्या) स्वरूपात असते किंवा प्रत्येक उत्तर म्हणजे एक अंक असतो; अशी निरनिराळ्या स्वरूपातील माहिती आता आपल्याला विश्लेषणासाठी एकत्रित करायची आहे. यासाठी पहिली पायरी म्हणजे विखुरलेली आकडेवारी एका तक्त्यामध्ये नीटपणे संकलित करणे. यालाच आपण माहितीचे किंवा आकडेवारीचे वर्गीकरण म्हणतो. जरी दुय्यम स्त्रोतातर्फे आकडेवारी मिळाली तरी त्या आकडेवारीला आपल्या विश्लेषणासाठी वेगळ्या स्वरूपात बसवावे लागते; म्हणून माहिती प्रथम स्त्रोतातील असो किंवा द्वितीय स्त्रोतातील – तिला सारणीकरणात बसवावेच लागते. सारणीकरण म्हणजे आकडेवारीचे तक्त्यामध्ये रूपांतर करणे. निरनिराळ्या प्रश्नावलींमध्ये विखुरलेली माहिती आपण आपल्याला हव्या तश्या तक्त्यांमध्ये एकत्रित करतो. त्यामुळे सबंध आकडेवारीला एक बांधीवस्वरूप मिळते आणि आपल्या संशोधनाचे चित्र स्पष्ट होते. सारणीसंबंधी पुढे सविस्तर माहिती येणारच आहे. सारणीचे अनेक प्रकार आहेत, वारंवारिता सारणी हा सारणीकरणाचाच एक प्रकार आहे. या प्रकाराला एक मार्गी सारणीकरण किंवा साधे सारणीकरण असे म्हणतात.

प्रश्नावली कितीही अचूक भरलेली असेल, त्यातील माहिती कितीही स्पष्ट आणि खरी असेल तरी जोपर्यंत ती सारणीबद्ध होत नाही तोपर्यंत तिला काही अर्थ नाही. एकेक प्रश्नावली घेऊन आपण संपूर्ण सत्य शोधू शकत नाही. सर्व प्रश्नावलींचा एकत्रित अभ्यास करणे गरजेचे आहे. यासाठी एकेक प्रश्नावली घेऊन त्यातील एकेक प्रश्नाची विभागणी करावी लागेल. त्यानुसार वारंवारिता मोजून सारणीकरण करावे लागेल.

4.6.1 वर्गीकरणाची अधिष्ठाने –

ज्या पद्धतीची आकडेवारी आपणास मिळते त्यावरून तिचे वर्गीकरण करता येते. आपण काही एक उद्दिष्ट नजरेसमोर ठेवून माहिती मिळवत असतो. ही माहिती आकडेवारीच्या स्वरूपात असते अशी आकडेवारी चार विभागात विभागता येते.

(1) भौगोलिक – स्थलविशिष्ट किंवा प्रादेशिक स्वरूपाची आकडेवारी असल्यास त्यानुसार केलेली विभागणी म्हणजे बऱ्याच वेळेला आकडेवारी राज्य, जिल्हा, तालुका पातळीवर विभागली जाते. काही देशव्यापी माहिती राज्यपातळीवर किंवा शहरपातळीवर विभागली जाते. उदाहरणार्थ, पुढील तक्ता पहा.

भारतातल्या निरनिराळ्या शहरातील लोकसंख्येची घनता
(प्रति चौ. किलोमीटर) पुढील तक्त्यात दिली आहे.

सारणी – 2

शहर	लोकसंख्येची घनता (प्रति चौ.कि.मी.)
कोलकाता	685
मुंबई	654
दिल्ली	435
मद्रास	342
चंदीगढ	048

भौगोलिक वर्गीकरणाची मांडणी करताना बऱ्याचदा जे स्थान भौगोलिक दृष्ट्या महत्त्वाचे आहे, जिथली आकडेवारी मोठ्या प्रमाणात गोळा झाली आहे असे स्थान प्रथम लिहितात, त्यानंतर अनुक्रमाने पुढील कमी महत्त्वाची स्थाने घेतली जातात.

(2) कालानुसार किंवा ऐतिहासिक – कालानुसार मांडणी केलेली असल्यास त्यानुसार केलेली विभागणी आकडेवारी ज्या काळानुसार गोळा केलेली असेल त्यानुसार त्याची मांडणी करतात. उदाहरणार्थ, एखादा अभ्यासक 1990 पासूनची आकडेवारी गोळा करत असेल तर तिची मांडणी त्याने काळजीपूर्वक काळानुसारच केली पाहिजे. उदाहरणार्थ, देशाच्या लोकसंख्येचा खालील तक्ता पहा.

सारणी – 3

वर्ष	लोकसंख्या (कोटी मध्ये)
1901	23.6
1911	25.0
1921	25.1
1931	27.9
1941	31.9
1951	36.1
1961	43.9

अशा मांडणीला कालानुरूप किंवा ऐतिहासिक मांडणी म्हणतात.

(3) गुणात्मक – आकडेवारीत काही गुणवैशिष्ट्ये असल्यास त्यानुसार केलेली विभागणी - आपल्याला मिळालेली आकडेवारी काही वेळेस गुणात्मक स्वरूपाची असते. ती मोजता येत नाही. तरीही आपण तिला अंकांच्या माध्यमातून मांडायचा प्रयत्न करतो. उदाहरणार्थ, प्रामाणिकपणा, प्रेम, हुशारी इ. अशा आकडेवारीचे

विभाजन करताना गुणात्मक विभाजन करावे लागते. एखादा गुण आहे किंवा नाही एवढीच विभागणी असेल तर त्याला साधे किंवा द्विवर्गीय विभाजन असे म्हणतात. उदाहरणार्थ, स्त्री किंवा पुरुष, प्रामाणिक किंवा अप्रामाणिक, रोजगार किंवा बेरोजगार इ. परंतु जेव्हा दोन पेक्षा जास्त वर्गात विभाजन करतात तेव्हा त्याला 'अनेक वर्गीय विभाजन' असे म्हणतात. उदाहरणार्थ –

भारताची लोकसंख्या

(1) अतिहुशार (2) हुशार (3) सरासरी हुशार (4) कमी हुशार

अशा वेगवेगळ्या पातळ्यांवर भारताची लोकसंख्या विभागली गेली आहे. असे वर्गीकरण म्हणजे अनेक वर्गीय गुणात्मक वर्गीकरण आहे. गुणात्मक वर्गीकरण व्यक्ती सापेक्ष असते.

(4) संख्यात्मक – केवळ संख्यात्मक स्वरूपाची माहिती असल्यास त्यानुसार केलेली विभागणी – वय, उंची, वजन, किमती, उत्पादन, उत्पन्न, खर्च, विक्री, नफा, तोटा इ. सर्व बाबी या निव्वळ आकडेवारी या स्वरूपात मांडल्या जातात; वर उल्लेखलेल्या सर्व बाबींना चले म्हणतात. सर्व चलांचे वर्गीकरण केले तर चलांनुसार केलेले वर्गीकरण असेही म्हणतात. उदाहरण पहा. एका शहरातील 60 दुकानांमधील मालकांचे दिवसाचे उत्पन्न पुढीलप्रमाणे आहे.

सारणी – 4

दिवसाचे उत्पन्न	दुकाने
100 पर्यंत	06
101–200	14
201–300	08
301–400	10
401–500	08
501–600	06
601–700	04
701–800	04

यामध्ये दिवसाचे उत्पन्न हे चल आहे तर दुकाने ही त्या त्या वर्गाची वारंवारिता आहे. या वर्गीकरणाला 'गट वारंवारिता सारणी' किंवा 'वारंवारिता सारणी' किंवा 'वारंवारितेचे वर्गीकरण' असे म्हणतात.

4.7 वारंवारिता सारणी

हे सर्व असे करायचे ते उदाहरण घेऊनच पाहूया. स्वअभ्यास 1 मधील पहिलेच उदाहरण घेऊ –

• **नमुना उदाहरण (1)** द्वितीय वर्ष कला शाखेमध्ये अर्थशास्त्र पेपर क्र. 1 मध्ये 20 विद्यार्थ्यांना मिळालेले गुण खाली दिलेले आहेत. या आकडेवारीवरून खंडित सारणी तयार करा.

21, 20, 20, 22, 20, 22, 30, 21, 22, 25, 30, 21, 25, 20, 22, 21, 20.

आता प्रथम खंडित सारणी म्हणजे काय ते पाहू.

दिलेल्या आकडेवारीची आपणास विभागणी करायची आहे. सर्व प्रथम आकडेवारीचे निरीक्षण करा. सर्वात कमी संख्या कोणती ते पहा. आपल्या उदाहरणात सर्वात कमी संख्या आहे 20. आता सर्वात मोठी संख्या कोणती ते पहा. सर्वात मोठी संख्या आहे 30. याचा अर्थ आपली ही दिलेली आकडेवारी 20 ते 30 या दरम्यान आहे. मग आता आपणासमोर या आकडेवारीची विभागणी करण्याचे पुढील पर्याय आहेत.

(1) पदावली (array) – दिलेले अंक जर चढत्या किंवा उतरत्या क्रमाने मांडले तर पदावलीमध्ये मांडणी केली असे म्हणतात. कच्च्या, नुसत्याच विखुरलेल्या मांडणीपेक्षा अशी मांडणी चांगली परंतु त्याने आपल्या आकडेवारीचे आकारमान जराही कमी होत नाही, त्यामुळे विश्लेषणाच्या दृष्टीने पदावली मांडणीचा फारसा उपयोग होत नाही. आकडेवारी लहान असेल तरच अशी पदावली मांडता येते.

(2) खंडित वारंवारिता विभागणी (सारणी) – (अ) दिलेल्या आकडेवारीतून सगळ्यात लहान अंक आणि सगळ्यात मोठा अंक ओळीने मांडावेत (20 ते 30 सरळ अंक एका खाली एक मांडावेत) आणि कोणता अंक किती वेळा आला आहे हे पहावे व त्याच्या वारंवारिता खुणा कराव्यात. (आ) दिलेल्या संख्यांची 2–2 किंवा 5–5 अशी सोयीची वाटेल तशी वर्गवारी करावी व प्रत्येक वर्गात किती वेळा कोणता अंक आला आहे ते मोजावे. हे वर्ग करताना 20–22, 23–25, 26–28 असे केले तर खंडित वर्गवारीची मालिका तयार होईल. आकडेवारी मोठी असेल आणि पूर्ण नगसंख्यांची असेल (त्यात अपूर्णांक नसतील) तर खंडित (discrete) सारणी पद्धती वापरतात. खंडित सारणीतील संख्या पूर्णांकात असतात. उदाहरणार्थ, कुटुंबातील मुलांची संख्या, खेळाडूने काढलेल्या धावा, हॉकी किंवा फुटबॉलमध्ये केलेले गोल इ.

(3) अखंडित वारंवारिता विभागणी (सारणी) – हे वर्ग करताना 20–22, 22–24, 24–26 असे केले तर सतत (अखंडित) वर्गवारीची सारणी

तयार होईल. अखंडित सारणीमध्ये असलेल्या संख्या म्हणजे कोणतीही वास्तव संख्या असू शकते. यात लोकांची वये, शहराचे पर्जन्यमान, तापमान, वजन, उंची, विषयामध्ये मिळालेले गुण (शेकडेवारीमध्ये) इ. अपूर्णांकाच्या स्वरूपात समोर येणाऱ्या अशा प्रकारच्या माहितीचा अभ्यास करताना अखंडित सारणीकरण (continuous tabulization) करावे लागते. त्यातही दोन प्रकार आहेत, ते आपण नंतर पाहाणार आहोत.

आता आपल्याला दिलेली आकडेवारी पाहू.

21, 20, 20, 22, 20, 22, 30, 21, 22, 30, 21, 22, 25, 30, 21, 25, 20, 22, 21, 20. अशा नुसत्या मांडलेल्या आकड्यांना कच्ची आकडेवारी म्हणतात; अशी कच्ची आकडेवारी आपल्याला कोणतीही माहिती पुरवू शकत नाही वा विश्लेषणाला मदत करू शकत नाही.

आपणास दिलेली आकडेवारी तशी लहान आहे, त्यात कुठे अपूर्णांक नाहीत त्यामुळे गट न करता आपण सरळ अंक एकाखाली एक याप्रमाणे मांडावे. आपली दिलेली आकडेवारी पाहून प्रत्येक अंक कोणत्या वर्गात बसतो आहे ते पाहून त्या वर्गासमोर एक उभी रेषा मांडावी - (।) याप्रमाणे. दिलेल्या पदावलीमध्ये पहिला अंक 21 आहे म्हणून 21 च्या रकान्यासमोर (।) अशी उभी रेष किंवा दंड काढावा; अशा चार रेषा (किंवा दंड) झाल्या की पाचवी रेष उभी मांडण्याऐवजी ~~||||~~ अशा पद्धतीने आडवी काढावी – काट मारावी. हा पाचाचा एक गठ्ठा तयार झाला.

आपले गणित आपण पुढीलप्रमाणे सोडवले आहे.

सारणी – 5

वर्ग	वारंवारिता चिन्हे	वारंवारिता
20	~~||||~~	05
21	~~||||~~	05
22	~~||||~~	05
23	---	00
24	---	00
25	||	02
30	|||	03
एकूण		20

जेव्हा आकडेवारी फार मोठ्या प्रमाणात असते, तेव्हा असे पाच पाचचे बरेच गठ्ठे एका रकान्यात तयार होऊ शकतात. असे पाच पाचचे गठ्ठे मोजायला सोपे

जातात. समजा असे गठ्ठे केले नसते तर प्रत्येक अंकासमोर आपल्याला ||||| अशा वारंवारिता खुणा कराव्या लागल्या असत्या आणि नंतर एक एक करत त्या मोजत बसाव्या लागल्या असत्या. असे करण्याने चुकाच जास्त होतील, म्हणून पाच चे गठ्ठे करावेत. सहावी वारंवारिता मोजताना पाचच्या गठ्ठ्याशेजारी सहावी खूण करावी त्यात पुन्हा चार खुणा झाल्यावर पाचवी वारंवारिता म्हणून काट मारावी. आता पाच-पाच चे दोन गठ्ठे म्हणजे दहा झाले. जेव्हा मोठी आकडेवारी दिलेली असते तेव्हा असे खूप प्रमाणात गठ्ठे तयार होतात. उदाहरणार्थ – समजा 120 मुलांच्या वर्गातील एखाद्या विषयात विद्यार्थ्यांना मिळालेले गुण मोजायचे आहेत आणि कच्ची आकडेवारी म्हणून नुसते गुण आपणास दिले आहेत. आता वारंवारिता तालिका तयार करायची तर चार वर्ग करावेत. एक वर्ग 60 पेक्षा जास्त गुण असलेला करावा. चौथा वर्ग 50 ते 60 गुण असलेला करावा आणि तिसरा वर्ग 40 ते 50 गुण असलेला करावा. चौथा वर्ग 40 पेक्षा कमी गुण मिळालेल्या मुलांचा करावा. आता दिलेल्या आकडेवारीतून वारंवारिता खुणा करत करत आपणास 26 मुले 60 पेक्षा जास्त गुण असलेली, 50 मुले 50 ते 60 एवढे गुण मिळालेली आणि 32 मुले 40 ते 50 एवढे गुण मिळालेली आणि नापास झालेली 12 मुले अशी आकडेवारी मिळू शकेल. 20 मुले म्हणजे पाच-पाच चे चार गठ्ठे झाले, 60 मुले म्हणजे पाच पाच चे 12 गठ्ठे झाले... याप्रमाणे.

• **नमुना उदाहरण (2)** 120 विद्यार्थ्यांची अर्थशास्त्रातील गुणांची आकडेवारी दिलेली आहे. त्यावरून वारंवारिता सारणी तयार करा.

56, 65, 45, 34, 66, 55, 75, 45, 64, 34, 52, 51, 54, 35, 57, 87, 45, 66, 55, 34, 43, 54, 44, 34, 65, 65, 62, 61, 63, 64, 54, 45, 44, 35, 32, 35, 46, 47, 43, 49, 46, 56, 76, 54, 43, 43, 65, 75, 45, 43, 55, 36, 63, 65, 54, 51, 62, 53, 54, 55, 54, 43, 42, 52, 43, 43, 54, 46, 47, 47, 49, 50, 53, 56, 57, 54, 53, 59, 54, 43, 56, 57, 55, 66, 53, 51, 51, 32, 43, 54, 65, 65, 56, 45, 54, 34, 43, 43, 32, 56, 46, 57, 58, 59, 59, 50, 60, 65, 45, 54, 53, 52, 51, 50, 53, 55, 43, 64, 61, 62.

या उदाहरणात आपण गुण घेतले आहेत. गुण पूर्णांकात आहेत त्यामुळे खंडित वारंवारिता सारणी तयार होऊ शकेल. आता आपण जर एकेका अंकाचा वर्ग (गट) घेतला तर आपली आकडेवारी ही आपणास कमीतकमी 32 ते जास्तीत जास्त 87 पर्यंत अंक मांडून मोजावे लागेल. याने आकडेवारीचा पसारा कमी होणार नाही म्हणून आपण वर्ग (गट) करू. समजा पाच पाचचा गट केला तर 32 हा अंक येण्यासाठी 30 ते 35 हा एक गट करावा लागेल आणि 87 हा अंक येण्यासाठी 85 ते 90 हा एक गट करावा लागेल. पहा कसे ते.

सारणी – 6

वर्ग	वारंवारिता खुणा	वारंवारिता
30–34	𝍸 |||	08
35–39	||||	04
40–44	𝍸 𝍸 𝍸		16
45–49	𝍸 𝍸 𝍸		16
50–54	𝍸 𝍸 𝍸 𝍸 𝍸 𝍸	30
55–59	𝍸 𝍸 𝍸 𝍸	20
60–64	𝍸 𝍸 ||||	14
65–69	𝍸 |||	08
70–74	....	.....
75–79	|||	03
80–85	....	....
85–90			01
एकूण		120

आता अखंडित वारंवारितेची विभागणी पाहू.

• **नमुना उदाहरण** (3) 60 जणांनी रेल्वे रिझर्वेशन्स केली त्यांची वये पुढीलप्रमाणे आहेत. दशांश चिन्हाच्या पुढील अंक महिने दर्शवितो. उदा. 15.6 याचा अर्थ 15 वर्षं पूर्ण आणि वर 6 महीने याप्रमाणे गृहीत धरून अखंडित वारंवारिता सारणी तयार करा.

15.5, 26.5, 24.5, 23.4, 26.6, 15.5, 17.5, 14.5, 16.4, 13.4, 15.2, 15.1, 15.4, 23.5, 33.7, 28.7, 24.5, 16.6, 25.5, 33.4, 24.3, 15.4, 24.4, 22.3, 16.5, 26.5, 26.2, 36.1, 36.3, 26.4, 25.5, 24.4, 33.5, 23.2, 33.5, 24.6, 24.7, 14.3, 14.9, 24.6, 25.6, 17.6, 25.4, 24.3, 34.3, 26.5, 17.5, 14.5, 14.3, 25.5, 23.6, 26.3, 26.5, 25.4, 15.1, 162, 25.3, 25.4, 25.5,

अखंडित वारंवारिता सारणी तयार करताना 'पेक्षा लहान' व 'पेक्षा मोठे'असे गट तयार करावेत. सर्वप्रथम दिलेल्या आकडेवारीचा आधी नीट अभ्यास करा. सगळ्यात लहान अंक 13.4 आणि मोठा अंक 36.3 आहे. आता वर्ग करताना अखंडित किंवा संतत वर्ग करावेत म्हणजे पहिला गट करावा 14 पेक्षा कमी –दुसरा

गट करावा 14 पेक्षा जास्त – 19 पेक्षा कमी, तिसरा गट करावा 19 पेक्षा जास्त – 24 पेक्षा कमी ..... याप्रमाणे

सारणी – 7

वर्ग	वारंवारिता चिन्हे	वारंवारिता
– 14 पेक्षा कमी	|	01
14 पेक्षा जास्त – 19 पेक्षा कमी,	𝍸 𝍸 𝍸 ||||	19
19 पेक्षा जास्त – 24 पेक्षा कमी	𝍸	05
24 पेक्षा जास्त – 29 पेक्षा कमी	𝍸 𝍸 𝍸 𝍸 𝍸 |||	28
29पेक्षा जास्त – 34 पेक्षा कमी	||||	04
34 पेक्षा जास्त	|||	03
एकूण		60

गट करताना ते स्पष्ट असावेत. ते एकमेकांना लागून असले तरी एकमेकांत मिसळलेले नसावेत. आकडेवारीचे वर्गीकरण करताना कोणत्यातरी एकाच वर्गात ती स्पष्टपणे घालता आली पाहिजे.

गट करताना ते कसे करावेत याबद्दल काही खास नियम असे केलेले नाहीत. परंतु, एकूण वारंवारिता पहावी. आकडेवारीचे गुणधर्म पहावेत – उदाहरणार्थ त्यांच्या संख्या किती मोठ्या आहेत, पूर्णांक किती अपूर्णांक किती, ते अपूर्णांक कसे आहेत, पूर्णांक संख्या किती मोठ्या आहेत किती लहान आहेत इत्यादी निवडलेला नमुना किती मोठा आहे इ. बाबी तपासून आपण आपले वर्ग वर्गांतर ठरवावे. एक काळजी नक्की घ्यावी की ते अगदी छोटे छोटे असू नयेत तसेच ते अगदी मोठे मोठे पण असू नयेत. छोटे वर्ग केले तर आपल्या आकडेवारीचा पसारा फार वाढत जाईल आणि अती मोठे केले तर एखाद्याच वर्गात बरीच आकडेवारी सामावली जाईल आणि त्याची विभागणी विश्लेषणासाठी उपयोगी पडणार नाही.

साधारणपणे जर तुमचा नमुना 10 चा असेल तर वर्ग 4 असावेत. नमुना 100 चा असेल तर वर्ग 8 असावेत. नमुना 500 चा असेल तर वर्ग 10 असावेत. नमुना 1000 एवढा मोठा असेल तर वर्ग 11 असावेत आणि नमुना जर 10000 एवढा मोठा असेल तर वर्ग 14 असावेत.

आपल्या स्व-अभ्यासमधीलच उदाहरण पहा.– (४.५.२)

४.५.२ एका कारखान्यामध्ये 44 कामगार असून प्रत्येकाला त्याने आठवड्याला केलेल्या कामाच्या तासांनुसार व कामगाराच्या श्रेणीनुसार वेतन मिळते. पुढील आकडेवारीवरून वेतनश्रेणीची संतत सारणी तयार करा.

567, 768, 555, 665, 567, 987, 678, 786, 765, 989, 786, 675, 767, 678, 789, 987, 876, 765, 675, 567, 923, 643, 743, 832, 809, 654, 743, 832, 632, 644, 735, 642, 833, 766, 544, 533, 922, 855, 754, 767, 768, 655, 764.

आता गट करताना दिलेल्या आकडेवारीचा अभ्यास केला तर असे लक्षात येईल की सर्वात कमी पगार 550 पेक्षा कमी नाही. म्हणजे पहिला गट 600 पेक्षा कमी असा करू. दुसरा गट 600 पेक्षा जास्त आणि 700 पेक्षा कमी असा करू रु. 989 हा सगळ्यात जास्त पगार मिळालेला आहे. म्हणजे शेवटचा गट 900 पेक्षा जास्त आणि 1000 पेक्षा कमी असा होईल. आता असे गट करून पहा बरं प्रत्येक वर्गाची वारंवारिता किती होते ते!

वारंवारिता सारणीच्या काही विशेष बाबी

(1) साधारणपणे तुम्ही घेतलेली आकडेवारी ही हळूहळू वाढत जाते, पहिला गट आणि शेवटचा गट यांच्या मध्यभागी सर्वात जास्त होते आणि नंतर हळूहळू कमी होत जाते.

(2) आकडेवारीमध्ये शक्यतो अचानक वाढ किंवा घट नसावी तसे असेल तर आपली आकडेवारी ही असाधारण मानली जाईल आणि कोणत्याही निष्कर्षाला येण्यापूर्वी तिच्यातील ही असाधारणता काढून टाकल्याशिवाय आपल्याला निष्कर्ष काढता येणार नाही.

(3) सर्वात जास्त वारंवारिता ही वर्गांच्या सुरुवातीला किंवा शेवटी नसते तसेच ती सहसा पुन:पुन्हा येत नाही. एखाद्याच वर्गामध्ये आणि तेही शक्यतो मधल्या वर्गामध्ये सगळ्यात जास्त वारंवारिता असते. असे असेल तर ती वारंवारिता किंवा हे उदाहरण साधारण वारंवारितेचे मानले जाते.

4.7.1 वर्गमध्य

जेव्हा आपण एखाद्या वर्गासमोर त्याची वारंवारिता मांडतो, तेव्हा खरे म्हणजे साधारणपणे त्या वर्गाची वारंवारिता त्या वर्गाच्या मध्याशी जास्त एकवटलेली आहे असे गृहीत धरलेले असते. म्हणजेच वर्गापेक्षासुद्धा वर्गमध्य हा जास्त महत्त्वाचा आहे. वर्गमध्य पुढीलप्रमाणे काढतात.

दिलेल्या वर्गाची खालची सीमा + दिलेल्या वर्गाची वरची सीमा ÷ 2

उदाहरणार्थ : 30–34, 34–39 असे आपले उदाहरण (2) मधील वर्ग आहेत, त्याचा वर्गमध्य काढू.

$\frac{30+34}{2}$ = 32 हा आपला वर्गमध्य आहे.

4.7.2 वर्गांतर

वर्गांतर याचा अर्थ वर्गाची वरची सीमा आणि त्याच वर्गाची खालची सीमा यांच्यातील अंतर. आपण वरच्या उदाहरणात 14 ते 19, 19 ते 24 असे वर्ग घेतले. त्यातील पहिल्या वर्गाच्या बाबतीत 14 ही वर्गाची खालची सीमा आणि 19 ही वर्गाची वरची सीमा होय. वरची सीमा आणि खालची सीमा यांच्यातील अंतर म्हणजे वर्गांतर. हे वर्गांतर तुम्ही घेतलेल्या सर्व वर्गांमध्ये समानच असले पाहिजे.

वर्गांतराच्या काही विशेष बाबी

(1) वर्गांसाठी घेतलेल्या संख्या शक्यतो पूर्णांक असाव्यात. आणि त्या 5 किंवा 10 अशा 5 च्या गुणित पटीत असाव्यात. सर्वसामान्याना अशा 5 च्या गुणित पटीत असलेल्या संख्या सोडवणे सोपे जाते. 3, 7, 11 अशा पटीत वर्गांतर नसावे.

(2) वर्गांचे आकारमान – वर सांगितल्यानुसार जर वर्गांची संख्या साधारण ठरलेली असेल तर त्याला शोभेसे वर्गांतर असावे.

(3) वर्गमध्य काढायला सोपे जावे असे वर्गांतर असावे. 5 च्या पटीत असलेल्या वर्गाचा वर्गमध्य काढणे सोपे जाते.

(4) वर्गांतराचे दोन प्रकार आहेत

(अ) समावेशक वर्ग – जेव्हा खंडित तालिकाकरण केले जाते. तेव्हा आपण 10–19, 20–29, 30–39 असे वर्ग घेतो. यामध्ये वर्गाची खालची सीमा आणि वरची सीमा दोन्हीमध्ये वारंवारिता समाविष्ट असते. उदा. 10–19 मध्ये 10 आणि 19 यांच्यासह सर्व मधल्या संख्या या वर्गात मोजल्या जातात. 20–29 या वर्गात 20 आणि 29 यांच्यासह सर्व संख्या मोजल्या जातात. 19 आणि 20 यांच्यामधील अपूर्णांक मोजणे अशा प्रकारामध्ये अपेक्षितच नसते. जेथे अपूर्णाक नसतात. अशाच उदाहरणांमध्ये खंडित वर्ग वापरले जातात तेथे समावेशक वर्ग घेतले जातात.

(आ) अपवर्जी (Exclusive) जेथे अखंडित स्वरूपाची आकडेवारी अपेक्षित असते. तेथे अशा प्रकारची वर्गवारी वापरतात. उदाहरणार्थ, वयाच्या बाबतीत 10–19, 20–29 असे वर्ग घेऊन चालणार नाही. त्यामुळे 19 पेक्षा जास्त आणि

20 पेक्षा वयाने कमी अशा माणसांची मोजणी करता येणार नाही. म्हणून अशा वेळेस वर्ग सतत स्वरूपाचे, अखंडित स्वरूपाचे असावे लागतात. तेव्हा ते 10–19, 19–29, 29–39 असे करावे. याचा अर्थ असा की 10 ते 19 मध्ये ज्याचे वय 19 पूर्ण झालेले आहे. त्यांचे समावेशन केलेले नाही. त्यांना वगळण्यात आलेले आहे. त्यांनी आपली वर्गवारी 19–29 या वर्गात करायची आहे. म्हणजेच अशा प्रकारच्या तालिकाकरणामध्ये वर्गाची वरची सीमा ही वगळली जाते म्हणून ते अपवर्जी (exclusive class) होत.

आपल्या अभ्यासातील चले कशा प्रकारची आहेत. ते पाहून त्यानुसार समावेशी वर्गीकरण करायचे की अपवर्जी ते ठरवावे लागते.

4.7.3 वर्गसीमा

जेव्हा दिलेल्या चलांनुसार किंवा आकडेवारीनुसार खंडित वर्गीकरण वापरले जाते, तेव्हा एका वर्गाची वरची सीमा आणि त्यापुढील वर्गाची खालची सीमा यात अंतर असते. हे अंतर नाहीसे करता येते. दोन्ही सीमांमधील अंतराला जर दोनाने भागले आणि वरची सीमा तेवढ्या भागाकाराने वाढवली व खालची सीमा तेवढ्या भागाकाराने कमी केली तर ते अंतर नाहीसे होऊन अखंडित वर्गीकरण होऊ शकते. उदाहरणार्थ, आपल्या उदा. (2) मध्ये आपण वर्गांतर 30–34, 35–39, 40–44 अशाप्रकारे घेतले आहे. पहिल्या वर्गाची वरची सीमा आणि दुसऱ्या वर्गाची खालची सीमा यात एकचे अंतर आहे. या एकाला दोनाने भागले तर 0.5 असे उत्तर मिळेल (भागाकार), आता पहिल्या वर्गाची वरची सीमा 0.5 ने वाढवायची म्हणजे 30–34.5 अशी आणि दुसऱ्या वर्गाची 35 ऐवजी 34.5 अशी खालची सीमा करावी. आता दोन्ही वर्ग अखंडित स्वरूपाचे झाले. स्वाभाविकच पहिल्या वर्गाची खालची सीमा 29.5 तर दुसऱ्या वर्गाची वरची सीमा 39.5 अशी असेल. म्हणजे आता वर्गसीमा पुढीलप्रमाणे दिसतील. 29.5–34.5, 34.5–39.5

अशा वर्गसीमा असताना वर्गमध्ये काढण्याची जी पहिली पद्धती आहे तीच वापरतात.

दिलेल्या वर्गाची खालची सीमा + दिलेल्या वर्गाची वरची सीमा ÷ 2

उदाहरणार्थ, 29.5–34.5, 34.5–39.5 असे आपले उदाहरण (2) मधील गट आहेत, त्याचा वर्गमध्य काढू.

$\frac{29.5+34.5}{2}$ = 32 हा आपला वर्गमध्य आहे. याचा अर्थ वर्गसीमा बदलल्या तरी आपला वर्गमध्य बदलत नाही.

4.7.4 खुला वर्ग

जेव्हा पहिल्या वर्गाची खालची सीमा आणि शेवटच्या वर्गाची वरची सीमा विशिष्टपणे सांगितली गेली नसेल तर हे वर्गीकरण खुले आहे असे समजले जाते. जसे, आपल्या उदाहरण (3) मध्ये पहिल्या वर्गाची खालची सीमा उपलब्धच नाही आणि वरची सीमा 14 पेक्षा कमी अशी नोंदली गेलेली आहे. याचा अर्थ जी जी आकडेवारी 14 पेक्षा कमी आढळेल ती सर्व या वर्गात समाविष्ट होते. याच उदाहरणातील शेवटचा वर्ग पहा. तो आहे. 34 पेक्षा जास्त.... याचा अर्थ 34 पेक्षा जास्त असणारी सर्व आकडेवारी (जर उपलब्ध असेल तर) ती या वर्गात समाविष्ट करावी. याला खुलावर्ग असे म्हणतात. जर अगदीच गरज असेल, आकडेवारी नीट दिलेली नसेल तरच हा पर्याय वापरावा. कारण यात वर्गमध्य काढणे अवघड होऊन बसते. पहिल्या व शेवटच्या वर्गाचा वर्गमध्य काढताच येत नाही. संख्याशास्त्रातील असंख्य मोजमापामध्ये वर्गमध्य काढावाच लागतो. ती मोजमापे अशा खुल्या वर्गासाठी लावता येत नाहीत. अशा वर्गाचा आलेख काढणे सुद्धा अवघड होऊन बसते.

जेव्हा फार लहान किंवा फार मोठ्या संख्या फार कमी प्रमाणात असतात व त्या एकेका संख्येसाठी जर वेगवेगळा वर्ग करावा लागत असेल तरच असा खुला वर्ग करावा. जर असा खुला वर्ग करावाच लागला आणि त्याचा वर्गमध्य काढावाच लागला तर दुसऱ्या वर्गावरून अंदाज घेऊन पहिल्या वर्गाचा वर्गमध्य काढतात. असाच आधीच्या वर्गावरून शेवटच्या खुल्या वर्गाचा वर्ग मध्य काढतात.

4.7.5 संचयित वारंवारिता

वारंवारिता तालिकेवरून आपल्याला त्या त्या वर्गाला किती वारंवारिता आहे. एवढेच समजते. परंतु जेव्हा आपल्याला अमुक एका संख्येपेक्षा कमी किंवा जास्त असणारी वारंवारिता हवी असेल तेव्हा संचयित वारंवारिता हा पर्याय आपल्यासमोर असतो. संचयित वारंवारितेचे दोन प्रकार असतात.

(1) * पेक्षा लहान   (2) * पेक्षा मोठी

ही वारंवारिता समजावून घेण्यासाठी आपण एक उदाहरण घेऊ. –

● **नमुना उदाहरण (5)** 70 मुलांचे एका परीक्षेतील गुण खाली दिलेले आहेत. त्यावरून 'पेक्षा कमी' संचयित वारंवारिता आणि 'पेक्षा जास्त' संचयित वारंवारिता काढा.

सारणी – 8

गुण	विद्यार्थी संख्या
30–35	05
35–40	10
40–45	15
45–50	30
50–55	05
55–60	05
एकूण	70

(1) * पेक्षा लहान वारंवारिता – आता पेक्षा कमी वारंवारिता काढताना प्रत्येक वर्गाच्या वरच्या सीमास्थानी जो अंक असेल त्याला अनुसरून त्याच्या पेक्षा कमी असणारी वारंवारिता मोजायची आहे. उदाहरणार्थ, पहिल्या वर्गात वरच्या सीमेला 35 हा अंक आहे. तर 35 पेक्षा कमी गुण असलेले विद्यार्थी किती असतील असा प्रश्न विचारला तर 5 हे त्याचे उत्तर असेल. आता दुसऱ्या वर्गाची 40 ही वरची सीमा आहे. 40 पेक्षा कमी असणारी वारंवारिता किती, किंवा 40 पेक्षा कमी गुण असलेले विद्यार्थी किती तर 35 ते 40 मधील वारंवारिता यात येईलच. पण 30 ते 35 मधील देखील आपणास यात मिळवावी लागेल. म्हणून 40 पेक्षा कमी गुण असलेले एकूण विद्यार्थी हवे असतील तर 10 + 5 = 20 अशी बेरीज करावी लागेल. असेच पुढे 45 पेक्षा कमी गुण असलेले विद्यार्थी हवे असतील तर 15 + 10 + 5 = 30 अशी बेरीज करावी लागेल. म्हणजे, * पेक्षा कमी वारंवारिता काढताना ज्या वर्गापेक्षा कमी वारंवारिता हवी आहे. त्या वर्गाची वारंवारिता अधिक त्याच्या आधीच्या सर्व वर्गाची वारंवारिता अशी बेरीज करून काढावी लागेल. याप्रमाणे आपले उदाहरण सोडवू या.

सारणी – 9

गुण	विद्यार्थी संख्या	* च्या पेक्षा लहान
30–35	05	05
35–40	10	15
40–45	15	30
45–50	30	60
50–55	05	65
55–60	05	70
एकूण	70	

सरळपणे पुढच्या गटाच्या वारंवारितेमध्ये आधीच्या गटाची वारंवारिता मिसळून * पेक्षा लहान वारंवारिता काढतात.

(2) * पेक्षा मोठी वारंवारिता – आता * पेक्षा मोठी वारंवारिता काढताना प्रत्येक वर्गाच्या खालच्या सीमास्थानी जो अंक असेल त्याला अनुसरून त्याच्या पेक्षा जास्त असणारी वारंवारिता मोजायची आहे. उदाहरणार्थ, पहिल्या गटात खालच्या सीमेला 30 हा अंक आहे. तर 30 पेक्षा जास्त गुण असलेले विद्यार्थी किती असतील असा प्रश्न विचारला तर सर्वच विद्यार्थी म्हणजे 70 हे त्याचे उत्तर असेल. आता दुसऱ्या वर्गाची 35 ही खालची सीमा आहे. 35 पेक्षा जास्त असणारी वारंवारिता किती, किंवा 35 पेक्षा जास्त गुण असलेले विद्यार्थी किती तर आता 30 पेक्षा जास्त गुण असलेले आणि 35 पेक्षा कमी गुण असलेले विद्यार्थी, म्हणजे 30–35 ची वारंवारता 70 मधून कमी करावी लागेल. म्हणून 35 पेक्षा जास्त गुण असलेले एकूण विद्यार्थी हवे असतील तर 70–5 = 65 अशी वजाबाकी करावी लागेल. असेच पुढे 40 पेक्षा जास्त गुण असलेले विद्यार्थी हवे असतील तर 70–5–10 = 55 अशी वजाबाकी करावी लागले. म्हणजे आसपास असेही म्हणता येईल की, * पेक्षा जास्त वारंवारिता काढताना ज्या वर्गापेक्षा जास्त वारंवरिता हवी आहे, त्या वर्गाची वारंवारिता अधिक त्याच्या वारंवारिता अशी बेरीज करून * पेक्षा मोठी वारंवारिता काढता येते. याप्रमाणे आपले उदाहरण सोडवूया.

सारणी 10

गुण	विद्यार्थी संख्या	* च्या पेक्षा जास्त
30–35	05	70
30–40	10	65
40–45	15	55
45–50	30	40
50–55	05	10
55–60	05	05
एकूण	70	

आता आपण स्वअभ्यास 1 मधील उदाहरणे सोडवून पाहू – पहिले गणित दाखवलेले आहे.

4.5.2 एका कारखान्यामध्ये 44 कामगार असून प्रत्येकाला त्याने आठवड्याला केलेल्या कामाच्या तासांनुसार व कामगाराच्या श्रेणीनुसार वेतन मिळते. पुढील आकडेवारीवरून वेतनश्रेणीची संतत सारणी तयार करा.

567, 768, 555, 665, 567, 987, 678, 786, 765, 989, 786, 675, 767, 678, 789, 987, 876, 765, 675, 567, 923, 643, 743, 743, 832, 809, 654, 743, 832, 632, 644, 735, 642, 833, 766, 544, 533, 922, 855, 754, 767, 768, 655, 764.

आता गट करताना आधी सांगितल्याप्रमाणे पहिला गट 600 पेक्षा कमी असा करू. दुसरा वर्ग 600 पेक्षा जास्त आणि 700 पेक्षा कमी असा केल्यास रु. 989 हा सगळ्यात जास्त पगार मिळालेला आहे. म्हणजे शेवटचा वर्ग 900 पेक्षा जास्त आणि 1000 पेक्षा कमी असा होईल.

सारणी – 11

गट	वारंवारिता चिन्हे	वारंवारिता
600 पेक्षा कमी	卌 I	06
600–700	卌 卌 II	12
700–800	卌 卌 卌	15
800–900	卌 I	06
900–1000	卌	05
एकूण		44

4.5.3 एका खेडेगावातील 35 कुटुंबांच्या सर्वेक्षणातून कुटुंबातील मुलांच्या संख्येची आकडेवारी पुढील प्रमाणे मिळाली आहे. त्यावरून खंडित वारंवारिता सारणी तयार करा.

1, 0, 2, 4, 3, 2, 3, 5, 3, 2, 1, 6, 5, 3, 2, 4, 3, 2, 4, 3, 5, 3, 2, 1, 2, 0, 2, 4, 2, 5, 3, 4, 3, 4, 5.

सारणी – 12

मुले	वारंवारिता	कुटुंबे
0	II	2
1	III	3
2	卌 IIII	9
3	卌 IIII	9
4	卌 I	6
5	卌	5
6	I	1
एकूण		35

4.5.4 खाली दिलेल्या आकडेवारीवरून संचयित वारंवारिता तयार करा.

सारणी – 13

कटुंबातील मुलांची संख्या	कुटुंबे	संचयित (पेक्षा कमी)
0	010	010
1	040	050
2	080	130
3	100	230
4	250	480
5	150	630
6	050	680

4.5.5 पुढे एका प्रसिद्ध कवितेच्या ओळी दिल्या आहेत. त्यातील शब्दांची त्यात समाविष्ट झालेल्या अक्षरांप्रमाणे वारंवारिता विभागणी करा. सर्व विरामचिन्हे वगळा.

बलाकमाला उडता भासे कल्पसुमांची माळचि ते
उतरूनी येती अवनीवरती ग्रहगोलची की एकमते
फडफडकरूनी भिजले अपुले पंख पाखरे सावरती,
सुंदर हरिणी हिरव्या कुरणी निज बाळांसह बागडती.

या कवितांच्या ओळीतील शब्दांच्या अक्षरांची वारंवारिता पाहू. आधी नुसती आकडेवारी लिहूया.

पहिली ओळ – 5, 3, 2, 5, 3, 1
दुसरी ओळ – 4, 2, 6, 5, 1, 4
तिसरी ओळ – 7, 3, 3, 2, 3, 4
चौथी ओळ – 3, 3, 3, 3, 2, 4, 4

आता 1 ते 6 अंकांची सारणी बनवा आणि अक्षरांची वारंवारिता काढा.

4.8 स्वअभ्यास 2

सोडवा.

4.8.1 खाली दिलेल्या आकडेवारीची संचयित पद्धतीने वारंवारिता विभागणी करा. वर्गांतर 4 घेऊन वर्ग विभागणी करा.

10, 17, 15, 22, 11, 16, 19, 24, 29, 18, 25, 26, 32, 14, 17, 20, 23, 27, 30, 12, 15, 18, 24, 36, 18, 15, 21, 28, 33, 38, 34, 13, 10, 16, 20, 22, 29, 19, 23, 31.

4.8.2 वर्गांतर 5 घेऊन खाली दिलेल्या आठवड्याच्या वेतनाची वारंवारिता विभागणी करा.

100, 100, 101, 102, 106, 86, 82, 87, 109, 104, 75, 89, 99, 94, 93, 92, 90, 86, 78, 79, 84, 83, 87, 88, 89, 75, 76, 76, 76, 79, 80, 81, 89, 99, 104, 100, 103, 107, 110, 110, 106, 102, 107, 103, 101, 101, 101, 86, 94, 93, 96, 97, 99, 100, 102, 103, 107, 107, 108, 109, 94, 93, 97, 98, 99, 100, 97, 88, 86, 84, 83, 82, 80, 84, 86, 88, 91, 93, 95, 95, 95, 97, 98, 100, 105, 106, 103, 85, 84, 77, 78, 80, 93, 96, 97, 98, 98, 98, 87, 99.

4.8.3 "काळोख्या रात्री माळरानावर बसून उल्कावर्षावाचा अनुभव घेणे अविस्मरणीय ठरते. अवकाशातील धूमकेतू उल्कावर्षावाला कारणीभूत असतात. या धूमकेतूमधून बाहेर पडलेले आणि अवकाशात तरंगणारे कण जेव्हा पृथ्वीच्या वातावरणात शिरून भस्मसात होतात, तेव्हा आपण त्यांना उल्का असे म्हणतो."
या वाक्यातील शब्दांच्या अक्षरांची वारंवारिता विभागणी करा. 6 पेक्षा जास्त अक्षरसंख्या असलेले शब्द किती आहेत? 5 पेक्षा कमी अक्षरे असलेले शब्द किती आहेत?

4.8.4 64 कुटुंबांनी एका महिन्यात घेतलेल्या दुधाची आकडेवारी खाली दिलेली आहे. त्यावरून संचयित पद्धतीने वारंवारिता विभागणी करा. वर्गांतर 5 घ्या.
19, 16, 22, 9, 22, 12, 39, 19, 14, 23, 6, 24, 16, 18, 7, 17, 20, 25, 28, 18, 10, 24, 20, 21, 10, 7, 18, 28, 24, 20, 14, 23, 25, 34, 22, 5, 33, 23, 26, 29, 13, 36, 11, 26, 11, 37, 30, 13, 8, 15, 22, 21, 32, 21, 31, 17, 16, 23, 12, 9, 15, 27, 17, 21.

4.8.5 महाविद्यालयाच्या व्यवस्थापनाने 60 टक्क्यांपेक्षा जास्त गुण मिळवणाऱ्या मुलांना शिष्यवृत्ती देण्याचा निर्णय घेतला. ही शिष्यवृत्ती त्यांनी पुढील प्रमाणात विभागली.

गुणांची टक्केवारी	मासिक शिष्यवृत्ती (रु.)
60–65	25
65–70	30
70–75	35
75–80	40
80–85	45

25 मुलांना मिळालेले गुण पुढीलप्रमाणे आहेत.

74, 62, 84, 72, 61, 83, 72, 81, 64, 71, 63, 61, 60, 67, 74, 66, 64, 79, 73, 75, 76, 69, 68, 78, 67.

तर महाविद्यालयाच्या व्यवस्थापनाला दरमहा किती रुपयांची शिष्यवृत्ती विद्यार्थ्यांना द्यावी लागेल?

4.8.6 एका वारंवारिता विभाजनाचे वर्गमध्ये पुढीलप्रमाणे दिले आहेत. त्यावरून (अ) वर्गांतर काढा. (आ) वर्गसीमा काढा.

25, 32, 39, 46, 53, 60

4.8.7 रु. 300 ते रु. 1000 अशा किंमती असणाऱ्या 350 शर्टांचे वितरण पुढीलप्रमाणे केले गेले.

किमती (रु.)	शर्टांची वारंवारिता
300–400	06
400–500	18
500–600	73
600–700	165
700–800	62
800–900	22
900–1000	04

तर (1) 700 पेक्षा कमी किंमत असणाऱ्या शर्टांची वारंवारिता सांगा.

(2) 600 पेक्षा जास्त आणि 900 पेक्षा कमी वारंवारिता आहे?

(3) 500 पेक्षा किमती असणाऱ्या शर्टांची वारंवारिता सांगा.

4.8.8 खालील वारंवारता सारणी * पेक्षा जास्त वारंवारिता सारणीमध्ये रूपांतरित करा.

आठवड्याचे वेतन (रु.)	मजुरांची संख्या
20 पेक्षा कमी	041
40 पेक्षा कमी	092
60 पेक्षा कमी	156
80 पेक्षा कमी	194
100 पेक्षा कमी	201

4.8.9 एका दुकानदाराने देणी राहिलेल्या 40 ग्राहकांची नोंद पुढीलप्रमाणे केली.

337, 570, 99, 759, 487, 352, 115, 60, 521, 95, 563, 399, 625, 215, 360, 178, 827, 301, 501, 199, 110, 501, 201, 99, 637, 328, 539, 150, 417, 250, 451, 595, 422, 344, 186, 681, 397, 790, 272, 514.

50 ते 200 पेक्षा कमी, 200 ते 350 पेक्षा कमी असे वर्ग घेऊन त्यांची वर्गसीमा घेऊन वारंवारिता काढा. * पेक्षा जास्त व * पेक्षा कमीची वारंवारिता तयार करा.

स्व-अभ्यासमधील गणिते सोडवण्यासाठी काही मार्गदर्शन —

4.8.1 खाली दिलेल्या आकडेवारीची समावेशक पद्धतीने वारंवारिता विभागणी करा. वर्गांतर 4 घेऊन वर्गविभागणी करा.

10, 17, 15, 22, 11, 16, 19, 24, 29, 18, 25, 26, 32, 14, 17, 20, 23, 27, 30, 12, 15, 18, 24, 36, 18, 15, 21, 28, 33, 38, 34, 13, 10, 16, 20, 22, 29, 19, 23, 31.

• मार्गदर्शन — समावेशक पद्धतीने आणि 4 चे वर्गांतर घेऊन वर्ग करायचे. दिलेली आकडेवारी पहा. निरीक्षण करा. 10 हा अंक सगळ्यात लहान आहे. असे लक्षात येईल. म्हणून पहिला वर्ग 10 पासून सुरू केला तरी चालेल. 10 ते 13, 14 ते 17, 18 ते 21 अशा वर्गात समावेशक पद्धतीने 4 चे वर्गांतर होते. आता वारंवारिता चिन्हे देऊन वारंवारिता तक्ता तयार करा. आपले उत्तर पुढील दिलेल्या तक्त्याशी तपासा.

सारणी 14

वर्ग	वारंवारिता
10–13	5
14–17	8
18–21	8
22–25	7
26–29	5
30–33	4
34–37	2
38-41	1

4.8.2 वर्गांतर 5 घेऊन खाली दिलेल्या आठवड्याच्या वेतनाची वारंवारिता विभागणी करा.

100, 100, 101, 102, 106, 86, 82, 87, 109, 104, 75, 89, 99, 94, 93, 92, 90, 86, 78, 79, 84, 83, 87, 88, 89, 75, 76, 76, 76, 79, 80, 81, 89, 99, 104, 100, 103, 107, 110, 110, 106, 102, 107, 103, 101, 101, 101, 86, 94, 93, 96, 97, 99, 100, 102, 103, 107, 107, 108, 109, 94, 93, 97, 98, 99, 100, 97, 88, 86, 84, 83, 82, 80, 84, 86, 88, 91, 93, 95, 95, 95, 97, 98, 100, 105, 106, 103, 85, 84, 77, 78, 80, 93, 96, 97, 98, 98, 98, 87, 99.

- दिलेला चल वेतन हा आहे. तो अखंडित स्वरूपाचा आहे. त्यामुळे आपले वर्ग अखंडित स्वरूपाचे हवेत आणि वर्गांतर 5 आहे. सर्वात कमी संख्या पहा. ती 75 आहे आणि सर्वात जास्त संख्या पहा ती 110 आहे. म्हणजे आपले वर्ग 75–80, 80–85 असे केल्यास 5 चे पूर्ण वर्गांतर मिळेल आणि वर्गाची वरची सीमा अपवर्जी आहे. आता वारंवारिता चिन्हे घालून वारंवारिता तयार करा. जेव्हा आकडेवारी खूप मोठी असते. तेव्हा वारंवारिता चिन्हांसाठी पेन्सिल वापरा. एक चिन्ह करून झाले की त्या संख्येवर काट मारा. चुकांची शक्यता कमी होईल.

4.8.3 'काळोख्या रात्री माळरानावर बसून उल्कावर्षावाचा अनुभव घेणे अविस्मरणीय ठरते. अवकाशातील धूमकेतू उल्कावर्षावाला कारणीभूत असतात. या धूमकेतूमधून बाहेर पडलेले आणि अवकाशात तरंगणारे कण जेव्हा पृथ्वीच्या वातावरणात

शिरून भस्मसात होतात. तेव्हा आपण त्यांना उल्का असे म्हणतो.'

● या वाक्यातील शब्दांच्या अक्षरांची वारंवारिता विभागणी करा. 6 पेक्षा जास्त अक्षरसंख्या असलेले शब्द किती आहेत? 5पेक्षा कमी अक्षरे असलेले शब्द किती आहेत?

प्रथम एक एक शब्द घेऊन त्यातील अक्षरे मोजा, त्या संख्या मांडून घ्या. संख्या साधारण 1 ते 7 यामधील आहेत. सारणी मांडा. नंतर वारंवारिता घेऊन दोन्ही प्रकारच्या संचयित वारंवारिता काढा व विचारलेल्या प्रश्नांची उत्तरे लिहा.

4.8.4 64 कुटुंबांनी एका महिन्यात घेतलेल्या दुधाची आकडेवारी खाली दिलेली आहे. त्यावरून संचयित पद्धतीने वारंवारिता विभागणी करा. वर्गांतर 5 घ्या.

19, 16, 22, 9, 22, 12, 39, 19, 14, 23, 6, 24, 16, 18, 7, 17, 20, 25, 28, 18, 10, 24, 20, 21, 10, 7, 18, 28, 24, 20, 14, 23, 25, 34, 22, 5, 33, 23, 26, 29, 13, 36, 11, 26, 11, 37, 30, 13, 8, 15, 22, 21, 32, 21, 31, 17, 16, 23, 12, 9, 15, 27, 17, 21.

● दिलेल्या आकडेवारीचा अभ्यास करा. सर्वात कमी संख्या 6 आणि मोठी संख्या 39 आहे. संचयित पद्धतीने वर्गांतर करायचे व 5 चे अंतर घ्यायचे म्हणजे 5–9, 10–14, 15–19 असे वर्ग घ्यावेत.

4.8.5 महाविद्यालयाच्या व्यवस्थापनाने 60 टक्क्यांपेक्षा जास्त गुण मिळवणाऱ्या मुलांना शिष्यवृत्ती देण्याचा निर्णय घेतला. ही शिष्यवृत्ती त्यांनी पुढीलप्रमाणात विभागली.

गुणांची टक्केवारी	मासिक शिष्यवृत्ती
60–65	25
65–70	30
70–75	35
75–80	40
80–85	45

25 मुलांना मिळालेले गुण पुढीलप्रमाणे आहेत.

74, 62, 84, 72, 61, 83, 72, 81, 64, 71, 63, 61, 60, 67, 74, 66, 64, 79, 73, 75, 76, 69, 68, 78, 67.

तर महाविद्यालयाच्या व्यवस्थापनाला दरमहा किती रुपयांची शिष्यवृत्ती विद्यार्थ्यांना

द्यावी लागेल?

- प्रथम गुणांची टक्केवारी जशा वर्गामध्ये दिलेली आहे तसेच वर्ग घेऊन वारंवारिता काढून घ्या. नंतर जेवढी वारंवारिता ज्या वर्गासमोर आलेली आहे. त्या वर्गाला जेवढी शिष्यवृत्ती दिलेली आहे. त्याने वारंवारितेला गुणावे म्हणजे त्या टक्केवारीला असलेली मासिक शिष्यवृत्ती समजेल. नंतर सगळ्या शिष्यवृत्तीची बेरीज केल्यास एकूण दरमहा शिष्यवृत्ती समजेल.

सारणी – 15

गुणांची टक्केवारी	वारंवारिता (f)	मासिक शिष्यवृत्ती (x)	एकूण (fx)
60–65	7	25	175
65–70	5	30	150
70–75	6	35	210
75–80	4	40	160
80–85	3	45	135
			$\sum fx = 830$

4.8.6 एका वारंवारिता विभाजनाचे वर्गमध्य पुढीलप्रमाणे दिले आहेत. त्यावरून (अ) वर्गांतर काढा. (आ) वर्गसीमा काढा.

25, 32, 39, 46, 53, 60

- वर्गांतर काढण्यासाठी दोन वर्गमध्यांमधील अंतर मोजा. 32–25 = 7, सर्व वर्गमध्यांना हे अंतरसारखे आहे ना ते पहा. वर्गांतर 7 आले.
- आता वर्गांतर 7 आले आणि वर्गमध्य दिलेले आहेत. वर्गांतराच्या निम्मे करून वर्गमध्यामध्ये तो एकदा मिळवा आणि एकदा वजा करा. वजाबाकीने खालच्या सीमा मिळतील आणि बेरजेतून वरच्या सीमा मिळतील. पहा कसे ते. $7 \div 2 = 3.5$ पहिला वर्गमध्य 25 आहे. 25 च्या अलीकडे 3.5 आणि पलीकडे 3.5 मोजले की त्या वर्गाची खालची सीमा आणि वरची वरची सीमा समजेल. म्हणजे खालची सीमा काढण्यासाठी $25 - 3.5 = 22.5$ आणि वर्गाची वरची सीमा काढण्यासाठी $25 + 3.5 = 28.5$ येतील.
  आता पहिला गट मिळाला 22.5 – 28.5 (वर्गांतर 7 आणि वर्गमध्य 25) आता पुढचे गट काढता येतील ना?

4.8.7 रु. 300 ते रु. 1000 अशा किमती असणाऱ्या 350 शर्टांचे वितरण पुढीलप्रमाणे केले गेले.

किमती	शर्ट्सची वारंवारिता
300–400	06
400–500	18
500–600	73
600–700	165
700–800	62
800–900	22
900–1000	04

तर (1) 700 पेक्षा कमी किंमत असणाऱ्या शर्टची वारंवारिता सांगा.

(2) 600 पेक्षा जास्त आणि 900 पेक्षा कमी किती वारंवारिता आहे?

(3) 500 पेक्षा जास्त किंमती असणाऱ्या शर्टांची वारंवारिता सांगा.

● वारंवारता दिलेली आहे. दोन्ही प्रकारच्या संचयित वारंवारता काढून सर्व उत्तरे मिळतील.

4.8.8 खालील वारंवारता विभागणी ∗ पेक्षा जास्त वारंवारतेमध्ये रूपांतरित करा.

सारणी – 16

आठवड्याचे वेतन	मजूरांची संख्या
20 पेक्षा कमी	041
40 पेक्षा कमी	092
60 पेक्षा कमी	156
80 पेक्षा कमी	194
100 पेक्षा कमी	201

● हे गणित नीट पाहा. असे लक्षात येईल की ∗ पेक्षा कमी वारंवारिता दिलेली आहे. त्यावरून आधी सरळ वारंवारिता काढून घेऊ. ती कशी काढायची ते पाहू.

सारणी – 17

आठवड्याचे वेतन	मजुरांची संख्या	साधी वारंवारिता	च्या पेक्षा जास्त
0–20	041	41	201
20–40	092	92–41 = 51	109 + 51 = 160
40–60	156	156–92 = 64	45 + 64 = 109
60–80	194	194–156 = 38	38 + 7 = 45
80–100	201	201–194 = 7	7

(9) एका दुकानदाराने देणी राहिलेल्या 40 ग्राहकांची नोंद पुढीलप्रमाणे केली.
337, 570, 99, 759, 487, 352, 115, 60, 521, 95, 563, 399, 625, 215, 360, 178, 827, 301, 501, 199, 110, 501, 201, 99, 637, 328, 539, 150, 417, 250, 451, 595, 422, 344, 186, 681, 397, 790, 272, 514
50 ते 200 पेक्षा कमी, 200 ते 350 पेक्षा कमी असे वर्ग घेऊन ची वर्गसीमा घेऊन वारंवारिता काढा. * पेक्षा जास्त व * पेक्षा कमीची वारंवारिता तयार करा.

- वर्ग व वर्गांतर दिलेले आहेत. 50–200, 200–350, 350–500 असे वर्ग घेऊन वारंवारिता काढा आणि नंतर संचयित वारंवारिता काढा.

सारणी 18

गट	वारंवारिता	पेक्षा कमी	पेक्षा जास्त
50–200	10	10	40
200–350	07	17	30
350–500	09	26	23
500–650	09	35	14
650–800	04	39	05
800–950	01	40	01
एकूण	40		

4.9 सारणीकरण (Tabulization)

मागील भागात आपण वारंवारितेचे सारणीकरण पाहिले, आता माहिती आणि आकडेवारीचे सारणीकरण पाहू (Tabulization)

4.9.1 माहितीचे सारणीकरण व सारणीकरणाचे महत्त्व

आपण जी माहिती गोळा करतो ती बऱ्याचदा आकडेवारीच्या स्वरूपात असते आणि खूप मोठ्या प्रमाणावर आकडेवारी गोळा झाली की त्याकडे नुसते पाहून काहीच कळत नाही. त्यावर काही संस्कार करावे लागतात. वारंवारितेच्या वर्गीकरणाच्या माध्यमातून आपण त्यावर संस्कार करतोच. वारंवारितेचे वर्गीकरण केल्यामुळे गोळा झालेल्या आकडेवारीचा विश्लेषणासाठी उपयोग होतो. हा उपयोग अभ्यासकासाठी होतो. परंतु, जेव्हा कोणीतरी तिसराच तुमचा अभ्यास पाहणार आहे किंवा अभ्यासणार आहे असे असेल तर त्याच्या दृष्टीने हे वर्गीकरणसुद्धा क्लिष्ट असते. त्याला आणखी काही सोप्या पद्धतीने आकडेवारीची मांडणी केली तर हवी असते; म्हणून वर्गीकरणाच्या बरोबरीने सारणीकरण आणि आलेख हे दोन प्रकार आपली आकडेवारी संस्कारित करण्यासाठी व सुबक मांडणीसाठी वापरले जातात.

सारणीऐवजी इंग्रजीतील टेबल हा शब्द जसाच्या तसा देखील वापरला जातो. आपण सारणी हा शब्द वापरणार आहोत. सारणीकरणाचा उपयोग आकडेवारी संस्कारित करण्यासाठी होतोच. परंतु, शिवाय त्याची मांडणी करताना जर कुठे चूक राहून गेली असेल तर ती लक्षात येते व चुकीची दुरुस्ती वेळीच करता येते. चूक कशी लक्षात येते, हे आपण सारणीची मांडणी शिकणार आहोत तेव्हा पाहूच.

एका अर्थाने सारणीकरण म्हणजे दिलेल्या आकडेवारीतून सुसंगत असे चित्र काढणे होय. एखादे चित्र केवळ शब्दांनी वर्णन करून सांगितले तर त्याचे सौंदर्य कळणार नाही. परंतु, तेच चित्र जर डोळ्यांनी नुसते पाहिले तरी त्यांचे सौंदर्य चटकन् लक्षात येऊ शकते. सारणीकरणाचे काहीसे असेच आहे. नुसती विस्कळित आकडेवारी किंवा त्याचे वारंवारितेच्या सारणीत केलेले रूपांतर यातून फारसा बोध होणार नाही तो सारणीकरणातून होतो.

एका अर्थाने सारणीकरण आणि वर्गीकरण हे वेगळे नाहीत. वर्गीकरण ही सारणीकरणाची पहिली पायरी आहे.

सारणीकरणाने विस्कळित आकडे व्यवस्थित मांडले जातात. आकड्यांची तुलना करणे सोपे जाते. सारणीकरणाने आकड्यांना ओळख मिळते.

4.9.2 सारणीचे भाग

सारणीकरण प्रत्येक विषयाच्या स्वभावानुसार वेगवेगळे असू शकते तरीही सारणी म्हटले की, काही विशिष्ट रचना अनिवार्य असते. त्याचा आपण अभ्यास करू.

(1) शीर्षक – सारणीला शीर्षक असलेच पाहिजे. हे शीर्षक सुस्पष्ट व थोडक्यात असावे. शीर्षकावरून सारणीत कोणता अभ्यास मांडला आहे व कोणती माहिती दिलेली आहे; हा स्पष्ट बोध व्हावा.

(2) स्तंभ व ओळी (columns and rows) – सारणीला स्तंभ व ओळी असणे हा त्याचा अविभाज्य किंवा अनिवार्य असा भाग आहे. स्तंभ किती असावेत, ओळी किती असाव्यात हे त्या त्या विषयावरून ठरवले जाते. सारणी किती मोठी करायची हा निर्णय अभ्यासकाने घ्यावा. प्रत्येक स्तंभाला त्याचे नाव असते. त्यावरून त्या स्तंभात कोणती माहिती आहे हे समजते. स्तंभात जी माहिती आहे, त्याला जर काही मोजमापाचे एकक असेल तर तेही स्पष्टपणे मांडावे. उदाहरणार्थ, लोकसंख्या असेल तर कंसात (कोटीमध्ये) असे लिहावे, तसेच लीटर, मीटर, किलो, हजारी, रु. असे मापदंड स्पष्टपणे द्यावेत म्हणजे स्तंभात दिलेली माहिती कोणत्या मोजमापाने मोजायची याची कल्पना येते. ओळीच्या बाबतीतही असेच म्हणता येईल. ओळींना देखील शीर्षक असावे, त्यांची एकके लिहावीत.

(3) स्तंभ आणि ओळी यांची उभी व आडवी बेरीज जमली पाहिजे; तशी जर जमली नाही तर आकडेवारी नोंदण्यामध्ये काही चूक राहून गेली आहे हे कळते. स्तंभात आणि ओळीमध्ये असलेली आकडेवारी म्हणजे सारणीचे शरीर (body) आहे असे मानतात.

(4) तळटीप – सारणीच्या शेवटी सारणीचा संदर्भ असावा. माहिती मिळण्याचा स्रोत कोणता आहे. हे त्यात कळावे, तसेच त्या माहितीचे वर्षही त्यात नोंदलेले असावे. जर कोणत्या पुस्तकातून सारणी घेतलेली असेल तर त्या पुस्तकाचा संदर्भ द्यावा, त्या पुस्तकाचे प्रकाशनवर्ष द्यावे. त्या पुस्तकातील कोणत्या पानावर ती सारणी आहे. हे लिहिणे आवश्यक असते.

(5) सारणी पाहिल्याबरोबर ती बोलकी झाली पाहिजे. ती कशाबद्दल आहे, त्यात माहिती कशी आहे, त्याचे मोजमापाचे एकक कोणते, रकाने ओळी या देखील स्व-स्पष्ट आणि सुस्पष्ट असल्या पाहिजेत.

(6) सर्वसाधारणपणे सारणी कागदाच्या एका पानात मावेल एवढीच असावी. खूप लांब लांब किंवा अति जवळ स्तंभ असू नयेत.

(7) महत्त्वाच्या आकड्यांना गोल करावा किंवा ठळक करावे.
साधारणपणे सारणीचे भाग पुढीलप्रमाणे दिसतात.

सारणी – 19

शीर्षक :

विषय :

स्तंभ शीर्षक ओळी शीर्षक	शीर्षक				एकूण
	स्तंभ नाव	स्तंभ नाव	स्तंभ नाव	स्तंभ नाव	
ओ					
ळी					
शी		सारणीचे शरीर			
र्ष					
क					
एकूण					एकूण

4.9.3 सारणीचे प्रकार

(1) एक मार्गी – साधी सारणी – मिळालेली आकडेवारी जर एकाच चलाबाबत असेल तर तिची वर्गवारी एकाच रकान्यात होईल. त्याला 'एक मार्गी सारणी' असे म्हणतात. खाली दिलेली सारणी ही एकमार्गी सारणीचे उत्तम उदाहरण आहे. आतापर्यंतची दाखवलेली वरील सर्व वारंवारिता विभागणीची उदाहरणे ही एकमार्गी किंवा साधी सारणी म्हणून सांगता येतील.

सारणी – 20

शहर	लोकसंख्येची घनता
कोलकाता	685
मुंबई	654
दिल्ली	435
मद्रास	342
चंदिगढ	48

(2) द्वि-मार्गी सारणी – एका ऐवजी दोन चलांमधील संबंध जेव्हा सारणी द्वारे दाखवला जातो तेव्हा त्याला 'द्वि मार्गी सारणी' असे म्हणतात.

संख्याशास्त्राची ओळख ▌ १६१

सारणी – 21

वर्ष	रेल्वे वाहतूक	रस्ते वाहतूक
1960−61	88	17
1961−62	117	34
1962−63	125	40
1963−64	145	55
1964−65	156	60

(3) अनेक मार्गी सारणी – गुंतागुंतीची सारणी – आकडेवारी जेव्हा निरनिराळ्या गटात विभागली जाते. तेव्हा सारणीसाठी अनेक स्तंभ व ओळी कराव्या लागतात. त्यातही अनेक विभाग करावे लागतात; अशा वेळेस गुंतागुंतीची सारणी तयार होते.

सारणी – 22
नाव -

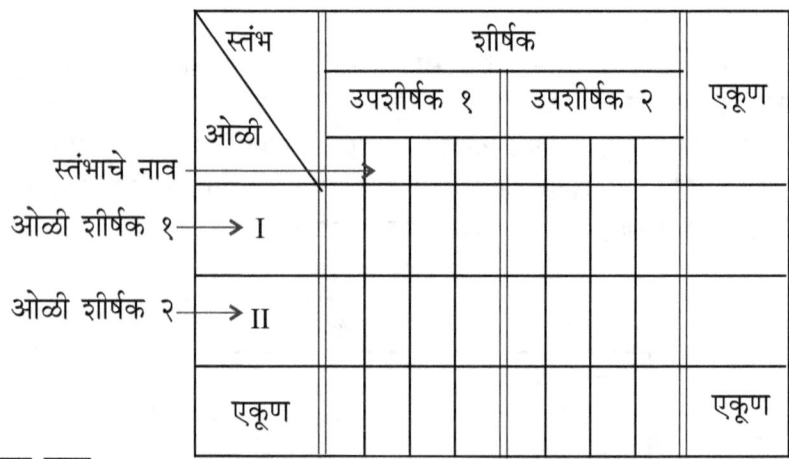

नमुना प्रश्न

(1) सारणीकरणाचे महत्त्व सांगा.

(2) सारणीचे भाग कोणते ते सविस्तर लिहा.

(3) सारणीचे प्रकार उदाहरणासहित स्पष्ट करा.

4.10 आलेख व त्यांचे प्रकार

4.10.1 आलेखांची ओळख –

या प्रकारणाची सुरुवात आपण आलेखांपासून केली. सारणी केल्यानंतर त्याच्या पुढील टप्पा म्हणजे आलेख. निव्वळ आकडेवारी समोर मांडली की सर्वसामान्य माणूस गडबडून जातो. आकडेवारीच्या माध्यमातून जे सांगायचे आहे. ते सर्वसामान्य सहजपणे माणसांपर्यंत पोहोचत नाही. आलेखांचा उपयोग त्याकरिता होतो. आलेखांचे फायदे पुढीलप्रमाणे सांगता येतील.

(1) आकडेवारीच्या आधाराने जे सत्य सांगायचे आहे. त्याचे चटकन् आकलन होते.

(2) आलेख किंवा आकृत्या या नेहमीच लक्षवेधी, रंजक आणि सर्वसमावेशी असतात.

(3) कंटाळवाण्या माहितीपेक्षा, रूक्ष अशा आकडेवारीपेक्षा आलेख आणि आकृती मानवी मनाला खेचणाऱ्या असतात. निरनिराळे रंग वापरून त्यातील विविध माहिती विविधप्रकारे दाखवता येते.

(4) कंटाळवाणी माहिती वाचत बसण्याचा वेळ वाचतो.

(5) खूप मोठ्या कालावधीचा आलेख एका दृष्टिक्षेपात समजतो. उदाहरणार्थ, 1901 पासून 2010 पर्यतच्या लोकसंख्येतील झालेले बदल, 1950 नंतर बदलत गेलेली पीकरचना, 1950 पासून भारतावर असलेले कर्ज इ.

(6) माहितीतून मिळालेली काही वैशिष्ट्ये आलेखातून विशेष महत्त्वाची म्हणून मांडता येतात व त्याची दखल घेता येते.

4.10.2 आलेखांचे प्रकार –

आलेखांचे प्रकार पुढीलप्रमाणे सांगता येतील-

(1) रेषा आलेख

(2) स्तंभालेख

(अ) साधा स्तंभ आलेख

(आ)विभाजित स्तंभ आलेख

(इ) शेकडेवारी स्तंभ आलेख

(ई) गुणित स्तंभ आलेख

(3) वृत्तालेख

(1) रेषा आलेख – आलेखांचा सर्वात जास्त वापरला जाणारा आणि सगळ्यात साधा प्रकार म्हणजे रेषा आलेख. 'क्ष' आणि 'य' अक्षावर चले नेमून

योग्य ते प्रमाण ठरवून त्याप्रमाणे आलेख काढला जातो. शाळेत आपण असे आलेख शिकलो आहोतच. एक उदाहरण घेऊ.

• **नमुना उदाहरण** (1) 314 वाहनचालकांच्या हातून झालेल्या अपघातांची आकडेवारी खाली दिलेली आहे. त्यावरून रेषा आलेख काढा.

अपघात	0	1	2	3	4	5	6	7	8	9	10
चालक	82	44	68	41	25	20	13	7	5	4	3

रेषा आलेख

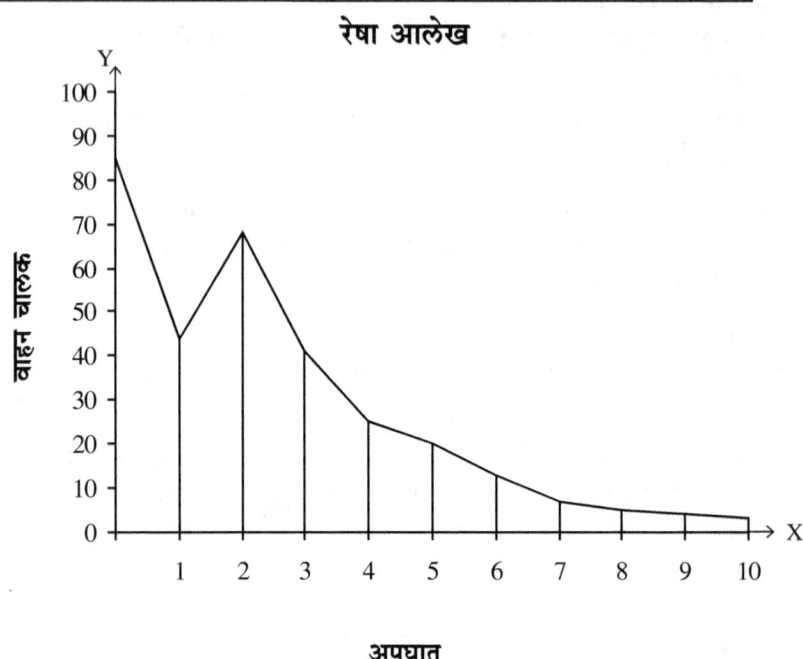

अपघात

(2) **स्तंभ आलेख** – अर्थशास्त्र आणि व्यापारी व्यवहार या क्षेत्रामध्ये हे आलेख जास्त वापरले जातात. हा देखील आलेखांचा सोपा प्रकार आहे. यामध्ये रेषेच्या ऐवजी स्तंभ काढलेला असतो. बऱ्याचदा 'क्ष' अक्षावर वर्षं मोजण्याचा प्रघात आहे. स्तंभ आलेखाचे एकूण पाच प्रकार आहेत. ते एकेक उदाहरण घेऊन पाहू.

(अ) साधा स्तंभ आलेख –

नमुना उदाहरण (2) 1961 पासून 1977 पर्यंतच्या दिलेल्या वर्षांमध्ये भारताच्या आयात जकातीची झालेली नोंदणी दिली आहे. त्यावरून साधा स्तंभ आलेख काढा.

वर्ष	आयात जकात (रु. 000 मध्ये)
1961	900
1966	1700
1971	2500
1976	4400
1977	5500

'क्ष' अक्षावर वर्षे मोजू 'य' अक्षावर आयात जकात मोजू.

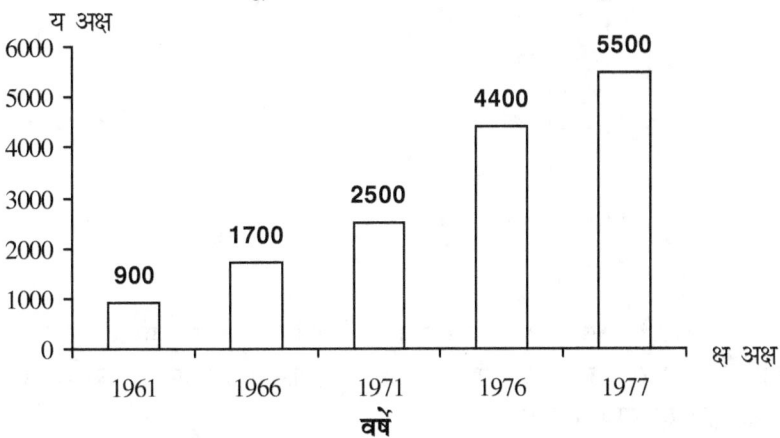

(आ) विभाजित स्तंभ आलेख – हा दिलेल्या आकडेवारीमधील वैशिष्ट्य दाखविणारा आलेखाचा प्रकार आहे. एकाच चलामध्ये जर काही विविध प्रकार दर्शवायचे असतील तर हा प्रकार वापरला जातो. ज्या स्तंभाचा आलेख काढायचा आहे, त्याची एकूण बेरीज करून घ्यावी त्या बेरजेइतक्या मापाचा स्तंभ काढावा. नंतर स्तंभाचे विभाजन दर्शवावे. उदाहरण पहा.

● **नमुना उदाहरण (3)** दोन कुटुंबांचा निरनिराळ्या बाबींवर होणारा खर्च पुढील तक्त्यात दर्शवला आहे. त्यावरून विभाजित स्तंभालेख तयार करा.

	कुटुंब क	कुटुंब ख
अन्न	150	150
कपडालत्ता	125	60
शिक्षण	025	50
इतर	190	70
बचत किंवा तूट	+10	–30

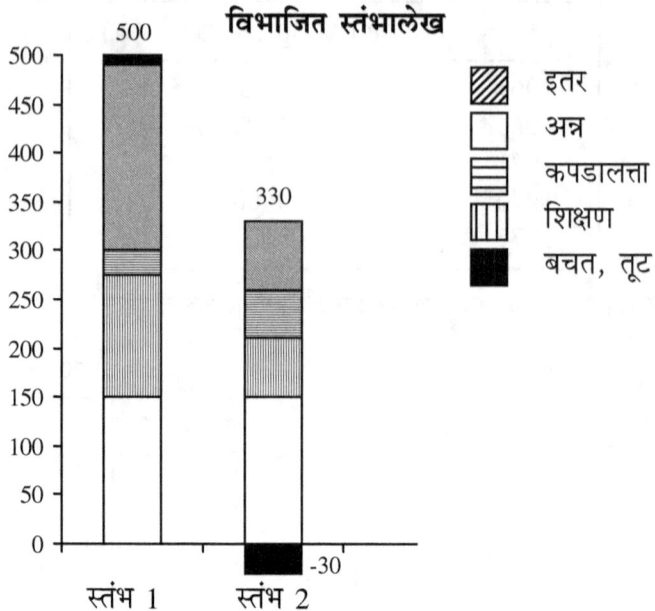

विभाजित स्तंभालेख

▨	इतर
☐	अन्न
☰	कपडालत्ता
⫼	शिक्षण
■	बचत, तूट

स्तंभ 1   स्तंभ 2

(इ) शेकडेवारी स्तंभ आलेख — विभाजित स्तंभालेखासारखाच हा प्रकार आहे. फक्त यात एक स्तंभ पूर्ण 100 चा तयार करून दाखवलेल्या प्रत्येक बाबीची शेकडेवारी दर्शवायची असते.

● **नमुना उदाहरण** (4) पहा खाली एका कुटुंबाची विविध बाबींवर होणाऱ्या खर्चाची आकडेवारी दर्शवली आहे. त्यावरून शेकडेवारी स्तंभ आलेख काढा.

बाब	रु. खर्च
अन्न	240
कपडालत्ता	66
भाडे	125
इंधन	57
शिक्षण	42
इतर	192

आता दिलेली प्रत्येक आकडेवारी शेकडेवारीत रूपांतरित करून घेऊ; कशी ते पहा. संचयित वारंवारिता काढल्यामुळे शेकडेवारीच्या स्तंभावर आलेखन करणे सोपे जाते.

बाब	रु. खर्च	% खर्च		संचयित खर्च
अन्न	240	$\dfrac{240}{720} \times 100 = 33.33$		33.33
कपडालत्ता	66	$\dfrac{66}{720} \times 100 = 9.17$		42.5
भाडे	125	$\dfrac{125}{720} \times 100 = 17.36$		59.86
इंधन	57	$\dfrac{57}{720} \times 100 = 7.92$		67.78
शिक्षण	42	$\dfrac{42}{720} \times 100 = 5.83$		73.61
इतर	190	$\dfrac{190}{720} \times 100 = 26.39$		100
एकूण	729			

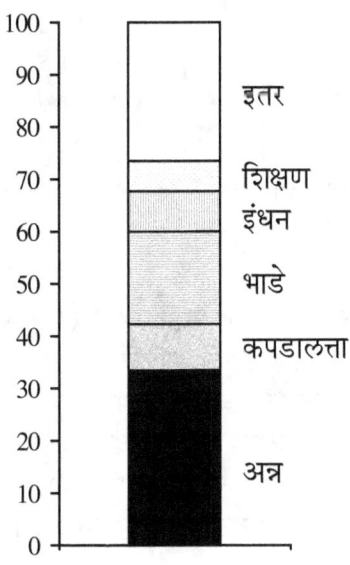

(ई) गुणित स्तंभालेख – दोन किंवा अधिक चलांची विविध बाबीमधील तुलना प्रकर्षाने दर्शवायची असेल तेव्हा गुणित स्तंभालेख वापरतात.

नमुना उदाहरण (5) पहा अ आणि ब कंपन्यांना पाच वर्षांत झालेला नफा दर्शवला आहे. त्यावरून गुणित स्तंभ आलेख काढा.

नफा (रु.000)

वर्षे	कंपनी (अ)	कंपनी (ब)
1991–92	120	90
1992–93	135	95
1993–94	140	108
1995–95	160	120
1995–96	175	130

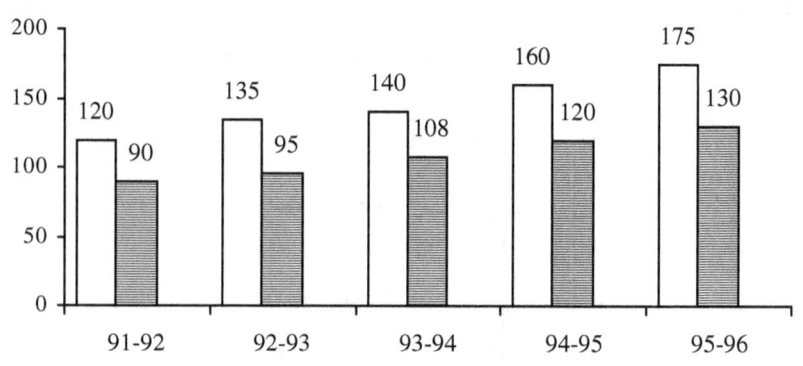

(3) **वर्तुळाकार आलेख –** याला **वृत्तालेख** असेही म्हणतात. हा प्रकार जास्त प्रभावी आहे. परंतु हा काढण्यासाठी गणिती क्रिया जरा जास्त कराव्या लागतात. हा प्रकार विशेषत: बजेटच्या बाबतीत रुपया येईल कसा व जाईल कसा याबाबत आपण पाहिला असेल. दिलेला प्रत्येक चल वर्तुळाच्या मध्यबिंदूपाशी असणाऱ्या 360 च्या कोनाशी पडताळून पाहावा आणि आलेला कोन वर्तुळाकार आकृतीमध्ये कोनमापकाचा वापर करून बसवावा. उदाहरण पहा.

• **नमुना उदाहरण (6)** सहाव्या पंचवार्षिक योजनेमधील पुढील बाबींवर होणारा शेकडा खर्च खालील तक्त्यात दर्शविला आहे. त्यावरून वृत्तालेख काढा.

शेती व ग्रामीण विकास	12.9%
सिंचन	12.5%
इंधन निर्मिती	27.2%
उद्योग व खाणी	15.4%
दळणवळण	15.9%
सेवा व इतर	16.1%

वरील आकडेवारी शेकडेवारीत दिली आहे. पुढील सूत्रानुसार आपण वर्तुळमध्याभोवती होणारा कोन काढू. $\frac{\%}{100} \times 360 = \%$ खर्च $\times 3.6$ सर्वप्रथम कागदाच्या आकाराला साजेसे वर्तुळ काढून घ्या. वर्तुळ मध्यबिंदूपासून परीघाला स्पर्श करणारी एक सरळ त्रिज्या काढा. त्रिज्येला पायारेषा मानून मध्यबिंदू हा कोनमापकाचा मध्यबिंदू माना आणि गणिती क्रिया करून आलेला पहिला कोन काढा (46°). आता ही पायारेषा कल्पून पुढील कोन काढा. याप्रमाणे वृत्तालेख पूर्ण करा.

बाब	शेकडेवारी	मध्यबिंदूपाशी होणारा कोन
शेती व ग्रामीण विकास	12.9%	$12.9 \times 3.6 = 46^\circ$
सिंचन	12.5%	$12.5 \times 3.6 = 45^\circ$
इंधन निर्मिती	27.2%	$27.2 \times 3.6 = 98^\circ$
उद्योग व खाणी	15.4%	$15.4 \times 3.6 = 56^\circ$
दळणवळण	15.9%	$15.9 \times 3.6 = 57^\circ$
सेवा व इतर	16.1%	$16.1 \times 3.6 = 58^\circ$
एकूण	100	360°

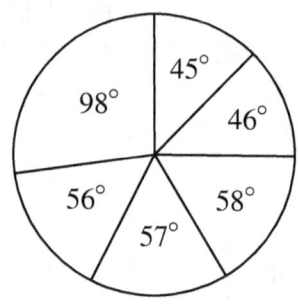

आलेखा बाबतचा हा स्वअभ्यास सोडवून पहा.

4.11 स्वअभ्यास - 3

4.11.1 संप करण्याच्या कारणांच्या अभ्यासातून पुढील निष्कर्ष काढले गेले आहेत. ते पाहून स्तंभालेख काढा.

कारणे	आर्थिक	वैयक्तिक	राजकीय	शत्रुत्व	इतर
संप	58	16	10	6	10

4.11.2 भारतातील चित्रपट उद्योगातून बाहेर पडलेल्या चित्रपटांची संख्या पुढीलप्रमाणे दिली आहे. त्यावरून योग्य ते आलेख काढा.

वर्ष	1947	1951	1961	1971	1981	1991	2001
फिल्म्स्	281	229	303	396	433	414	448

4.11.3 लोकसभेवर निवडून जाणाऱ्या महिलांची प्रत्येक निवडणुकीतील संख्या पुढे दिली आहे. त्यावरून स्तंभालेख काढा.

वर्ष	1952	1957	1962	1967	1972	1977
महिला	22	27	34	31	22	19

4.11.4 खालील माहिती आलेखबद्ध करा.

वर्ष	वितरित झालेले चलन (रु. कोटींमधे)
1970–71	4221
1971–72	4655
1972–73	5272
1973–74	6159
1974–75	6231
1975–76	6572
1976–77	7778

4.11.5 शेकडेवारी स्तंभालेख काढा.

खर्चाच्या बाबी	कुटुंब (अ)	कुटुंब (ब)
अन्न	400	480
कपडालत्ता	200	400
घरभाडे	160	200
इंधन	080	120
इतर	160	400
एकूण उत्पन्न	1000	1600

4.11.6 दोन कपाटे बनविण्याचा खर्च पुढे दिला आहे. त्यावरून शेकडेवारी स्तंभालेख काढा.

खर्च बाब	टेबल 1	टेबल 2
लाकूड	50	100
स्क्रू इ.	20	30
श्रम	100	150
इतर	130	130
एकूण	300	410

4.11.7 प्राथमिक शिक्षण घेणाऱ्या मुलांची वर्गवार आकडेवारी पुढे दिली आहे. त्यावरून योग्य तो स्तंभालेख काढा.

	2000	2005	2009
पाहिली	16600	17800	19000
चौथी	16000	17400	18700
आठवी	10200	14000	16700

4.11.8 पुढील तक्त्यामध्ये महासागरांनी व्यापलेली जागा दर्शवली आहे. त्यावरून वृत्तालेख काढा.

महासागराचे नाव	चौ.कि.मी. (दशलक्षामध्ये)
पॅसिफिक	70.8
अटलांटिक	41.2
हिंदी	28.5
अंटार्क्टिक	7.6
आर्क्टिक	4.8

4.11.9 आठव्या पंचवार्षिक योजनेमध्ये खालील बाबींवरील खर्चाची योजना दिली आहे. त्यावरून वृत्तालेख काढा.

बाब	खर्च (रु. कोटी)
शेती व ग्रामीण विकास	8000
सिंचन योजना	4000
उद्योग व खाणी	7000
वाहतूक व दळणवळण	5500
इतर	2500
एकूण	27000

4.11.10 दोन कुटुंबांचा दरमहा होणारा खर्च पुढे दिला आहे; त्यावरून वृत्तालेख काढा.

खर्चाच्या बाबी	कुटुंब (अ)	कुटुंब (ब)
अन्न	150	120
कपडालत्ता	100	080
घरभाडे	120	080
इंधन	080	040
इतर	090	040

◆ ◆

प्रकरण

५

केंद्रीय प्रवृत्तीची मोजमापे
(Measures of Central Tendancy)

5.1 स्व-अभ्यास -1 ● 5.2 केंद्रीय प्रवृत्ती म्हणजे काय? ● 5.2.1 सरासरी ●
5.2.2 सरासरीचे प्रकार ● 5.2.3 चांगल्या सरासरीचे गुण ● 5.2.4 सरासरीतील दोष
● 5.2.5 भारीत सरासरी ● 5.3 मध्यका ● 5.3.1 मध्यकेचे गुण ● 5.3.2 मध्यकेचे
दोष ● 5.4 बहुलक ● 5.5 स्वअभ्यास - 2

5.1 स्व-अभ्यास - 1

5.1.1 एका व्यवसायसंस्थेतील कामगारांना मिळालेले आठवड्याचे वेतन खाली
दिले आहे. त्यावरून सरासरी वेतन काढा.

789, 678, 567, 965, 876, 768, 670, 656, 650, 680, 760,
580, 650, 650, 650.

5.1.2 एका वर्गातील विद्यार्थ्यांची उंची (इंचामध्ये) पुढे दिली आहे, त्यावरून
वर्गातील मुलांची सरासरी उंची काढा.

65, 62, 61, 60, 56, 59, 67, 64, 63, 62, 56, 59, 58, 64, 65,
62, 61, 61, 60, 64.

5.1.3 अर्थशास्त्रामध्ये मिळालेले गुण खाली दिले आहेत. त्यावरून गुणांची सरासरी
काढा.

34, 45, 54, 65, 57, 42, 46, 47, 57, 62, 61, 18, 24, 35, 46.

5.1.4 एका दवाखान्यात प्राथमिक आरोग्य तपासणीसाठी आलेल्या अधिकाऱ्यांना
गावातील लोकांचे वजन (कि. ग्रॅ.) पुढीलप्रमाणे आढळले; तर लोकांचे
सरासरी वजन काढा.

वजन (कि. ग्रॅ.)	50	54	62	65	72
संख्या	15	20	25	30	10

5.1.5 खाली दिलेल्या माहितीच्या आधारे सरासरी काढा.

मिळालेले गुण	0-10	10-20	20-30	30-40	40-50	50-60	60-70
मुलांची संख्या	6	5	8	15	7	6	3

5.1.6 पुढील संख्यांची मध्यका काढा.

12, 17, 14, 13, 11, 18, 19, 15, 16

5.1.7 प्रथम वर्गातील विद्यार्थ्यांची उंची (इंचामध्ये) पुढे दिली आहे, त्यावरून वर्गातील मुलांच्या उंचीचा बहुलक काढा.

60, 62, 61, 60, 56, 59, 60, 60, 60, 62, 50, 59, 58, 64, 65, 62, 61, 61, 60, 60, 60, 62, 58, 60, 56, 60, 60, 53, 57, 58, 60, 60, 62, 61, 60.

5.1.8 पुढे दिलेल्या माहितीवरून मध्यका काढा.

उंची (से.मी.)	100-110	110-120	120-130	130-140	140-150
विद्यार्थी संख्या	05	08	20	10	07

5.1.9 आठ नाणी एकाचवेळी हवेत उडवली, असे 256 वेळा केल्यावर किती वेळा छापा पडला ते खाली दिले आहे, त्यावरून मध्यका काढा.

छापा	0	1	2	3	4	5	6	7	8
संख्या	1	9	26	59	72	52	29	7	1

उत्तरे - (1) 705, 93, (2) 61, 45 इंच, (3) 46.2, (4) 60.5 (कि. ग्रॅ.), (5) 33.4, (6) 15, (7) 60, (8) 126.25 (सें.मी.), (9) 4
प्रत्येक गणिताला 2 गुण घेऊन किती गुण मिळतात ते पहा.

5.2. केंद्रीय प्रवृत्ती म्हणजे काय?

मागील प्रकरणात आपण आकडेवारी गोळा कशी करतात, त्या आकडेवारीचे विभाजन कसे करतात ते शिकलो. सगळी आकडेवारी एकदम समोर मांडून अभ्यासता येत नाही, ती अभ्यासण्यासाठी काही तंत्रे वापरावी लागतात.

साधारणपणे जी आकडेवारी जमा होते ती एखाद्याच संख्येभोवती एकवटलेली आढळते. काही थोड्या संख्या तिच्या आजूबाजूला जरा बाहेर असतात; अशा एकाच संख्येभोवती बऱ्याच संख्या एकवटण्याला 'साधारण केंद्रीय प्रवृत्ती' म्हणतात. ती

संख्या आकडेवारीचे प्रतिनिधित्व करते. ती कोणती हे पहाण्यासाठी काही तंत्रे विकसित केलेली आहेत. या तंत्रांच्या साहाय्याने अशी केंद्रस्थानी असलेली संख्या शोधता येते. त्याला त्या आकडेवारीची सरासरी काढणे किंवा मध्यका शोधणे किंवा बहुलक काढणे असे म्हणतात, यापैकी सरासरी अनेक प्रकारची असते; आपण येथे फक्त दोन प्रकारची सरासरी शिकणार आहोत.

ज्याप्रमाणे आकडेवारी विविध माध्यमातून आणि विविध प्रकारे समोर येते. त्याप्रमाणे हे केंद्रीय प्रवृत्ती मोजण्याचे प्रकार देखील बदलतात. सरासरी, मध्यका आणि बहुलक काढताना कधी नुसतीच आकडेवारी म्हणजे संख्यामाला असते, तर कधी ती खंडित तर कधी संतत श्रेणीमध्ये असते. (खंडित आणि संतत श्रेणी हे प्रकार मागील प्रकरणात आपण पाहिले आहेत.) कधी फार लहान प्रमाणात असते तर कधी हजारोंच्या संख्येने आणि शिवाय वारंवारतेसह असते.

गणिते सोडवायला आपण कॅलक्युलेटर वापरतो, तशीच ही आकडेवारीची प्रवृत्ती शोधायला आता संगणक वापरतात. संगणकाच्या विशिष्ट प्रणालीमध्ये आकडेवारी भरली की सर्व उत्तरे तयार मिळतात. परंतु, त्यासाठी सुद्धा मुळात आपल्याला काय करायचे आहे ते माहीत होण्यासाठी हे सर्व प्रकार आपण शिकायचे. सरसकट कॅलक्युलेटर वापरला जात असला तरी शाळेत बेरजा वजाबाक्या किंवा इतर गणित शिकणे जसे आवश्यक असते, तसेच अगदी पायाभूत अभ्यास म्हणून सरासरी, मध्यका आणि बहुलक काढायला आपण शिकणार आहोत. सर्वप्रथम सरासरीपासून सुरुवात करू.

5.2.1 सरासरी

सरासरी म्हणजे मध्यमान, आपण व्यवहारात फार सहजपणे आणि ढोबळपणे सरासरी हा शब्द वापरतो. वर्गातल्या मुलांची सरासरी उंची, मिळालेले गुण, उत्पन्न इ. आपण सरासरीतच सांगतो. एखादा विद्यार्थी फार हुशार नसेल तर त्याच्याबद्दल बोलताना आपण तो average आहे असेही सांगतो. परंतु, सांख्यिकीमध्ये मात्र सरासरीचा अर्थ वेगळा आहे.

'गटातील सर्व संख्यांचे प्रतिनिधित्व करणारी एक संख्या म्हणजे सरासरी' अशी सरासरीची थोडक्यात व्याख्या आपण करू शकतो. गोळा केलेल्या आकडेवारीची बेरीज (एकूण मूल्य) भागिले एकूण नगसंख्या (एकूण घटक) यांचा भागाकार म्हणजे सरासरी. ही संख्या त्या गटाच्या आवाक्यातील किंवा गटाच्या मर्यादेतीलच असते. गटातील सर्व संख्यांचे गुणधर्म त्यात प्रतिबिंबित होतील अशा पद्धतीने ती निवडलेली असते. या व्याख्येवरून आपल्याला दोन गोष्टी कळतात. (१) सरासरी म्हणजे एक संख्या असते आणि (२) ती आपल्या सर्व गटाचे प्रतिनिधित्व करते. साधारणपणे

सरासरी ही दोन टोकाच्या संख्यांमधली संख्या असते. अति मोठी किंवा अति लहान अशी ती नसते. मध्यममान किंवा मध्यमान असे सरासरीचेच दुसरे नाव हाच अर्थ दर्शवते. या एका सरासरी वरून आपल्याला सर्व गटाचा अंदाज येऊ शकतो. याचे अगदी उत्तम उदाहरण म्हणजे आपण जे दरडोई उत्पन्न काढतो त्याचे सूत्र पहा.

$$\frac{\text{राष्ट्रीय उत्पन्न}}{\text{लोकसंख्या}} = \text{दरडोई उत्पन्न.}$$ राष्ट्रातील प्रत्येक माणसाचे उत्पन्न काढून लक्षात ठेवत बसण्यापेक्षा राष्ट्रीय उत्पन्नाला सरसकट लोकसंख्येने भागले की सरासरी मिळते आणि सरासरीच्या या एका संख्येवरून लोकांचे सर्वसाधारण उत्पन्न आपल्याला समजते.

अशाप्रकारे सरासरीवरून दोन बाबींची तुलना करणेदेखील सोपे जाते. भरपूर मोठ्या आकडेवारीचे एका संख्येमध्ये रूपांतर करून त्या दोन संख्यांची तुलना करता येते. उदाहरणार्थ, दोन महाविद्यालयांच्या तृतीय वर्ष कला शाखेतील निकालांच्या सरासरीवरून त्या दोन महाविद्यालयांची तुलना करता येईल. अशा तुलना करून कोणते महाविद्यालय चांगले असेही ठरवता येईल. अगदी देशपातळीवर देखील आपण अशा तुलना काही ठिकाणी करतो. दोन देशातील दरडोई उत्पन्न, यांची तुलना देशांची सांपत्तिक स्थिती ठरविण्यासाठी करतोच. अशा तुलना सलग काही वर्षांच्या करून आपल्याला त्या देशाच्या प्रगतीच्या वाटचालीचा अंदाज करता येतो.

5.2.2 सरासरीचे प्रकार -

(1) अंकगणिती सरासरी - वर ज्या सरासरीचे स्पष्टीकरण दिले आहे. तिलाच आपण अंकगणिती सरासरी असे म्हणतो. सर्वसामान्य माणसे ज्याला सरासरी म्हणतात ती ही 'अंकगणिती सरासरी.' दिलेल्या सर्व अंकांच्या बेरजेला दिलेल्या अंकांच्या संख्येने भागले असता ही सरासरी मिळते. ही सरासरी काढायला आपण शाळेत शिकलो आहोत. स्वअभ्यासमधील पहिली काही गणिते पहा.

5.1.1 एका व्यवसायसंस्थेतील कामगारांना मिळालेले आठवड्याचे वेतन (रु.) खाली दिले आहे, त्यावरून सरासरी वेतन काढा.

x = 789, 678, 567, 965, 876, 768, 670, 656, 650, 680, 760, 580, 650, 650, 650

या गणितामध्ये दिलेल्या सर्व वेतनांची बेरीज करायची. त्या बेरजेला कामगारांच्या संख्येने भागले असता आपल्याला वेतनाची सरासरी मिळेल. पहा कशी ते.

$\sum x = 789 + 678 + 567 + 965 + 876 + 768 + 670 + 656 + 650 + 680 + 760 + 580 + 650 + 650 + 650 = 10589.$ आता $10589 \div 15 = 705.93$

(5.1.2) एका वर्गातील विद्यार्थ्यांची उंची (इंचामध्ये) पुढे दिली आहे, त्यावरून वर्गातील मुलांची सरासरी उंची काढा.

वर्गातील २० विद्यार्थ्यांची उंची दिली आहे.

$\sum x$ = 65 + 62 + 61 + 60 + 56 + 59 + 67 + 64 + 63 + 62 + 56 + 59 + 58 + 64 + 65 + 62 + 61 + 61 + 60 + 64 + 1229. आता 1229 ÷ 20 = 61.45

(5.1.3) अर्थशास्त्रामध्ये मिळालेले गुण खाली दिले आहेत. त्यावरून गुणांची सरासरी काढा.

x = 34, 45, 54, 65, 57, 42, 46, 47, 57, 62, 61, 18, 24, 35, 46

हे गणितवरील प्रमाणेच सोडवा पाहू. पहा उत्तर बरोबर येते का ते. सरासरी काढताना (x) या चलाच्या मूल्यांची बेरीज करा आणि त्याला एकूण अवलोकनांच्या संख्येने भागा. म्हणजे सरासरी मिळेल.

अंकगणिती सरासरी ही झाली नुसत्या दिलेल्या संख्यांची सरासरी. आता जेव्हा वारंवारिता दिलेली असते तेव्हा अंकगणिती सरासरी कशी काढतात ते पाहू. स्वअभ्यास मधील हे गणित पहा.

(5.1.4) एका दवाखान्यात प्राथमिक आरोग्य तपासणीसाठी आलेल्या अधिकाऱ्यांना गावातील लोकांचे वजन (कि. ग्रॅ.) पुढीलप्रमाणे आढळले; तर लोकांचे सरासरी वजन काढा.

वजन (कि. ग्रॅ.)	50	54	62	65	72
वारंवारिता संख्या	15	20	25	30	10

या गणितामध्ये लोकांचे वजन दिलेले आहे आणि तेवढे वजन असलेल्या लोकांची संख्या वारंवारिता संख्या म्हणून दिलेली आहे. (वजन म्हणजे (x_i) मानू आणि वारंवारिता म्हणजे (f_i) मानू.) दिलेल्या स्तंभांवरून असे कळते की 50 किलो वजन असलेली 15 माणसे आहेत. 54 किलो वजन असलेली 20 माणसे आहेत. आता एकूण वजन काढायचे तर प्रत्येक माणसाचे वजन घेऊन त्याची बेरीज केली पाहिजे. 50 किलोची 15 माणसे म्हणजे 50 × 15 = 750 किलो वजन + 54 किलो वजन असलेली 20 माणसे म्हणजे एकूण वजन झाले 54 × 20 = 1080 किलो अशी प्रत्येक वारंवारिता आणि त्याच्या समोरील गटात दर्शवलेली संख्या यांचा गुणाकार करायचा. त्या सर्व गुणाकारांची बेरीज करायची ($\sum f_i x_i$) $\sum$ हे ग्रीक अक्षर सिग्मा या नावाने ओळखले जाते व त्याचा अर्थ म्हणजे 'बेरीज' किंवा एकूण म्हणून

याला 'समेशन' (summation) असेही म्हणतात.) म्हणजे आपल्याला गावातील लोकांचे एकूण वजन कळेल. त्या एकूण वजनाला गावातील लोकांच्या संख्येने ($\sum f$) भागायचे. गावातील एकूण लोकसंख्या म्हणजे दिलेल्या वारंवारितेची बेरीज. ती आहे $(15 + 20 + 25 + 30 + 10) = 100$. आलेल्या एकूण वजनाला 100 ने भागले की सरासरी समजेल. पहा कसे ते.

वजन (xi)	वारंवरिता (fi)	एकूण वजन (fixi)
50	15	750
54	20	1080
62	25	1550
65	30	1950
72	10	720
	--------	--------
	$\sum fi = 100$	$\sum fixi = 6050$

सरासरी वजन $\bar{x} = \dfrac{\sum fixi}{\sum fi} = \dfrac{6050}{100} = 60.50$ किलो. $\bar{x}$ चा उच्चार 'एक्स बार' असा करायचा. $\bar{x}$ याचा अर्थ सरासरी किंवा मध्यमान, मध्य. आता दुसरे तसेच उदाहरण पहा.

5.1.5 खाली दिलेल्या माहितीच्या आधारे सरासरी काढा.

मिळालेले गुण	0-10	10-20	20-30	30-40	40-50	50-60	60-70
मुलांची संख्या	6	5	8	15	7	6	3

या ठिकाणी मिळालेल्या गुणांचे गट (वर्ग) दिलेले आहेत. त्या गटात गुण मिळवणाऱ्या मुलांची संख्या वारंवारिता संख्या म्हणून दिलेली आहे. आपण मागील पाठात पाहिले की जेव्हा गट दिलेला असतो, तेव्हा दिलेली वारंवारिता ही साधारण गटमध्याभोवती एकवटलेली असते असे मानावे. त्याप्रमाणे आपण आता आधी गटमध्य काढून घेऊ आणि नंतर मग पहिल्या उदाहरणाप्रमाणे प्रथम गटमध्याचा आणि वारंवारितेचा गुणाकार करू, त्यांची बेरीज करू....

मिळालेले गुण (xi)	मुलांची संख्या (fi)	गटमध्य (xi)	fixi
0-10	06	05	030
10-20	05	15	075
20-30	08	25	200
30-40	15	35	525
40-50	07	45	315
50-60	06	55	330
60-70	03	65	195
	N = ∑fi = 50		∑fixi = 1670

$$\text{अंकगणिती सरासरी} = \frac{\sum fixi}{\sum fi} = \frac{1670}{50} = 33.4$$

सरासरी काढायची ही एक पद्धत आहे. या उदाहरणात आपली आकडेवारी लहान आहे. त्यामुळे आपल्याला गणिती क्रिया करायला सोपे गेले. परंतु, बऱ्याच वेळेला फार मोठी आकडेवारी असते आणि संख्याही बऱ्याच असतात. तेव्हा सरासरी काढण्याची एक लघुत्तरी पद्धत वापरतात. ती पाहू या. खालील उदाहरण पहा.

नमुना उदाहरण - १

मिळालेले गुण (xi)	मुलांची संख्या (fi)	fixi
20	08	160
30	12	360
40	20	800
50	10	500
60	06	360
70	04	280
	N = 60	∑fixi = 2640

प्रथम पहिल्याच पद्धतीने उत्तर किती येते ते पाहू.

$$\text{अंकगणिती सरासरी} = \frac{\sum fixi}{\sum fi} = \frac{2640}{60} = 41$$

आता याच गणितावर लघुत्तरी क्रिया (short cut method) करून पाहू. लघुत्तरी पद्धतीमध्ये एक सर्वसाधारण संख्या गृहीत धरायची (A), ही संख्या दिलेल्या आकडेवारीतून वजा करायची आणि नवीन मालिका तयार करायची त्याला "di" असे

नाव द्यायचे. आता या di ला f ने म्हणजे वारंवारितेने गुणायचे. त्यांची बेरीज करायची (∑fidi) आणि एकूण अवलोकन संख्येने (N) भागायचे. येणाऱ्या उत्तरात वजा केलेली संख्या मिळवायची आणि सरासरी काढायची; वर घेतलेलेच उदाहरण घेऊन पाहू.

● उदाहरण - 1

मिळालेले गुण (x)	मुलांची संख्या (f)	di = (xi - A)	fidi
20	08	20-40 = -20	-160
30	12	30 - 40 = - 10	-120
40	20	40 - 40 = 0	00
50	10	50 - 40 = 10	100
60	06	60 - 40 = 20	120
70	04	79 - 40 = 30	120
	N = 60		∑fidi = 60

A = 40 मानू.

लघुत्तरी अंकगणिती सरासरी काढण्याचे सूत्र पुढीलप्रमाणे आहे.

$$\bar{x} = A + \frac{\sum fidi}{N} = 40 + \frac{60}{60} = 41$$

A = गृहीत धरलेली संख्या, di = (xi - A), N = एकूण अवलोकन केलेली संख्या या उदाहरणात मिळालेल्या गुणांचे गट संतत श्रेणीत आहेत. समजा, श्रेणी खंडित असेल तर ती श्रेणी संतत करून घ्यावी. उदाहरणार्थ, समजा 1-9, 10-19, 20-29 असे गट असतील तर 05-9.5, 9.9 - 19.5, 19.5 - 29.5 असे गट करून घ्यावे; त्यांचा गटमध्य काढावा आणि वर दिल्याप्रमाणेच सर्व गणिती क्रिया कराव्या.

5.2.3 चांगल्या सरासरीचे गुण (वैशिष्ट्ये) -

(1) समजण्यास सोपी असते.
(2) सरासरी काढण्यासही सोपी असते.
(3) गटातील सर्व संख्यांवर अवलंबून असते.
(4) गटातील प्रत्येक संख्येचा परिणाम सरासरीवर होतो. पण कोणत्याही एका (अति जास्त किंवा अति कमी) संख्येचा परिणाम ज्या होत नाही, तिलाच चांगली सरासरी म्हणावे.

(5) पुरेशी स्पष्ट असते. एका सरासरीतून दोन-तीन अर्थ निघाले असे होत नाही.

5.2.4 सरासरीतील दोष किंवा मर्यादा -

(1) सरासरी ही दिलेल्या सर्व आकडेवारीतील सर्व संख्यांवर अवलंबून असते, त्यामुळे एखादी जरी संख्या अती लहान आणि अती मोठी असेल तर त्यामुळे सरासरीच्या संख्येवर परिणाम होतो. उदाहरणार्थ, एखाद्या क्रिकेटपटूच्या सामन्यामधील धावांची सरासरी काढताना त्याच्या सर्व सामान्यातल्या सर्व धावा मोजायच्या असतात, त्याने समजा 10 सामने खेळले आणि 9 सामन्यात 100, 99, 97, 96, 95, 90, 90, 97, 97 अशा धावा काढून तो दहाव्या सामन्याला जर 0 वर बाद झाला तर त्याची सरासरी किती येईल ती पहा $\frac{861}{10}$ = 86.1, दहाव्या सामन्यातही त्याने 95 धावा काढल्या असत्या तर त्याच्या धावांची सरासरी = $\frac{956}{10}$ = 95.6 आली असती ती आता एकदम 86.1 वर आली.

2) खुल्या वर्गाची आकडेवारी दिलेली असताना अंकगणिती सरासरी अंदाजानेच काढावी लागते. पहिला वर्ग आणि अंतिम वर्ग खुला असेल तर त्याची काही एक मर्यादा कल्पून सरासरी काढली जाते, जर ते वर्ग त्या कल्पनेच्या जास्त बाहेर जात असतील तर सरासरी चुकण्याची शक्यता असते.

(3) सरासरीचा अंक हा दिलेल्या आकडेवारीच्या मध्यभागाशी जास्त एकवटलेल्या संख्यांचे विश्लेषण करतो. त्यामुळे जेव्हा सर्वसाधारण वितरण (normal distribution) असेल तेथे सरासरी उपयोगी पडते परंतु जेथे वितरण इंग्रजी U आकाराचे असते, तेव्हा सरासरी फारशी उपयोगी पडत नाही.

5.2.5 भारित सरासरी

काही विशिष्ट परिस्थितीत काही मूल्यांना जास्त महत्त्व द्यावे लागते, तेव्हा साध्या अंकगणिती सरासरीपेक्षा भारित सरासरी पद्धती उपयोगी पडते. येथे भार म्हणजे महत्त्व. हे महत्त्व संख्यात्मक स्वरूपात गृहीत धरायचे, याला भार म्हणतात. उदाहरणार्थ, समजा काही विद्यार्थ्यांचे काही विषयाचे गुण दिले आहेत. हे विषय भाषा, गणित, शास्त्र इत्यादींमधील आहेत. विद्यार्थ्यांची गुणवत्ता विषयानुरूप ठरवायची असेल, तर विषयाच्या महत्त्वाप्रमाणे प्रत्येक विषयाला भार ठरवून द्यावा. समजा अभियांत्रिकीसाठी विद्यार्थ्यांची गुणवत्ता तपासायची असेल तर भाषेला एक भार, शास्त्राला दोन भार व गणिताला तीन भार द्यावा. असे केल्याने स्वाभाविकच ज्या

विद्यार्थ्याला गणितात जास्त गुण आहेत. तो इतर विद्यार्थ्यांच्या बराच वर-चढ दिसेल आणि अभियांत्रिकीसाठी गणितातील विद्यार्थी निवडणे सोपे जाईल. याउलट पत्रकारितेसाठी जर विद्यार्थ्यांची गुणवत्ता तपासायची असेल तर भाषेला तीन भार द्यावा व गणित आणि शास्त्राला प्रत्येकी एक प्रमाणे भार द्यावा. म्हणजे भाषेत ज्या विद्यार्थ्यांची चांगली क्षमता आहे, तो विद्यार्थी इतर विद्यार्थ्यांमध्ये वरचढ दिसेल; अशी भारित सरासरी काढण्याचे सूत्र पुढीलप्रमाणे आहे.

भारित सरासरी $\bar{x}\text{w} = \dfrac{\sum wixi}{\sum wi}$

$\bar{x}$ wi = भारित सरासरी, w_i = भार, x_i = चल

सर्वप्रथम दिलेल्या भराने x_i या चलातील प्रत्येक संख्येला गुणावे आणि त्यांची बेरीज करून $\sum wixi$ मिळवावे. सर्व भारांची बेरीज करून $(\sum wi)$ त्याने भागावे.

जर वारंवारिता दिलेली असेल तर भारित सरासरी $\bar{x}\text{w} = \dfrac{\sum wi(fixi)}{\sum wi}$ याप्रमाणे काढावी.

अर्थशास्त्रात किंमत निर्देशांक काढताना आणि जन्म दर व मृत्यू दर ठरवताना अशी भारित सरासरी काढावी लागते. या बाबतीत सर्वात महत्त्वाचा प्रश्न असतो तो म्हणजे भार किती द्यावा याचा. असा भार जर आपल्या अभ्यासातून आपल्याला प्रत्यक्षात मिळाला असेल तर फारच चांगले. परंतु जर काल्पनिक भार द्यायचा असेल तर मात्र चुका होण्याची शक्यता वाढते त्या कमी व्हाव्यात म्हणून कोणत्या संख्येला किती भार द्यायचा हे अभ्यासानेच ठरवावे लागते.

लक्षात ठेवा -

- दिलेला भार जर सर्व संख्यांना समान असेल तर भारित सरासरी आणि अंकगणिती सरासरी या दोन्ही समान असतात.

  $\bar{x} = \bar{x}\text{w}$ जर $w_1 = w_2$
- मोठ्या संख्यांना जास्त भार आणि लहान संख्यांना कमी भार दिला तर भारित सरासरी पेक्षा अंकगणिती सरासरी लहान असते.

  $\bar{x} < \bar{x}\text{w}$ जर $(w_2 - w_1)(X_1 - X_2) < 0.$
- मोठ्या संख्यांना कमी भार आणि लहान संख्यांना जास्त भार दिला तर भारित सरासरी पेक्षा अंकगणिती सरासरी लहान असते. $\bar{x} < \bar{x}\text{w}$ जर $(w_2 - w_1)(X_1 - X_2) < 0.$

● **नमुना उदाहरण - 2**

एका कंत्राटदाराकडे तीन प्रकारचे कामगार काम करतात. पुरुष, स्त्रिया आणि मुले. पुरुष कामगाराला तो दर दिवसाला रु. 40 एवढी मजुरी देतो. महिलेला रु. 32 प्रमाणे देतो आणि मुलाला रु. 15 प्रमाणे देतो. दर दिवशी कंत्राटदाराला सरासरी किती रक्कम मजुरीवर खर्च करावी लागेल?

या उदाहरणामध्ये जर एकेक पुरुष, महिला आणि मुलगा कामाला असेल तर 40 + 32 + 15 ÷ 3 = 29 अशी अंकगणिती सरासरी येईल. परंतु, या ठिकाणी अशा अंकगणिती सरासरीचा उपयोग नाही. समजा त्या कंत्राटदाराकडे 10 पुरुष, 10 महिला आणि 10 मुले कामाला आहेत तर सरासरी पुढीलप्रमाणे येईल –

$$\bar{x} = \frac{(10\times40)+(10\times32)+(10\times15)}{30} = \frac{400+320+150}{30} = 29$$

पण आपण पाहतो. त्याप्रमाणे अशी सर्वांची संख्या साधारणपणे सारखी नसते, आपण पुरुष, महिला आणि मुले यांच्या वेगवेगळ्या संख्या घेऊन पाहू.

समजा पुरुष 20 आहेत, महिला 15 आहेत आणि मुले 5 आहेत, आता हे भारित सरासरीचे उदाहरण पुढीलप्रमाणे सोडवायचे.

दर दिवसाचे (x) वेतन (रु.)	मजुरांची संख्या (W)	WX = वेतन x संख्या
40 32 15	20 15 05	800 480 75
	∑w = 40	∑wx = 1355

$$\bar{x} = \frac{\sum wx}{\sum w} = \frac{1355}{40} = 33.875$$

● **नमुना उदाहरण - 3**

एक आगगाडी सुरुवातीला ताशी 30 कि.मि. याप्रमाणे 25 कि.मी., आणि नंतर ताशी 40 कि.मी. वेगाने 50 कि.मी. धावली. रेल्वे रूळांच्या दुरुस्ती निमित्ताने पुढील 6 मिनिटे ती दर ताशी 10 कि.मी. या वेगाने धावली आणि नंतर उरलेले 24 कि.मी. तिने 24 कि.मी. ताशी याप्रमाणे गाठले. तर गाडीचा ताशी सरासरी वेग काढा.

या उदाहरणात वेळ हा भार म्हणून घेऊ, आणि भारित सरासरी पुढीलप्रमाणे काढू.

दरताशी वेग (xi) (कि.मी)	लागलेला वेळ (wi) (मिनिटांमध्ये)	wixi = वेग x वेळ = (कि.मी. x मिनिटे)
30	50	1500
40	75	3000
10	06	0060
24	60	1440
	$\sum wi = 191$	$\sum wixi = 1440$

$$\bar{x} = \frac{\sum wixi}{\sum wi} = \frac{1440}{191} = 31.41$$

● नमुना उदाहरण - 4

एका उमेदवाराला एका परीक्षेत पुढीलप्रमाणे गुण मिळाले. इंग्रजी - 60, हिंदी 75, गणित 63, पदार्थविज्ञान 59, रसायनशास्त्र 55. जर प्रत्येक विषयाला अनुक्रमे 1, 2, 1, 3, 3 याप्रमाणे भार दिला तर भारित सरासरी काढा.

प्रत्येक विषयातील गुणांना x मानू.

विषय	गुण (xi)	दिलेला भार (wi)	wixi = गुण x भार
इंग्रजी	60	1	060
हिंदी	75	2	150
गणित	63	1	063
पदार्थविज्ञान	59	3	177
रसायनशास्त्र	55	3	165
		$\sum Wi = 10$	$\sum WiXi = 615$

$$\bar{x} = \frac{\sum wixi}{\sum wi} = \frac{615}{10} = 61.5$$

5.3 मध्यका

हा केंद्रीय प्रवृत्तीचा दुसरा प्रकार मानला जातो. अगदी सुरुवातीला सांगितल्याप्रमाणे दिलेल्या आकडेवारीची केंद्रीय प्रवृत्ती मध्यकेनेदेखील काढता येते. मध्यकेचा अर्थ किंवा व्याख्या पाहू. मध्यका म्हणजे ज्या संख्येने दिलेल्या आकडेवारीचे बरोबर दोन समान भाग मधोमध पडतात, आणि एक भाग त्या संख्येपेक्षा मोठा असतो आणि

दुसरा त्या संख्येपेक्षा लहान असतो. म्हणजेच दिलेली आकडेवारी चढत्या क्रमाने लावून घेतली आणि बरोबरमधली संख्या पहिली तर ती म्हणजे मध्यका. जसे सरासरी काढण्याचे वेगवेगळे प्रकार पाहिले तशाच मध्यकेच्या पण पद्धती आहेत.

(1) मध्यका ही गोळा केलेल्या आकडेवारीच्या मधले स्थान दर्शवते. म्हणजे मध्यका ही स्थानिक असते. उदाहरणार्थ विद्यार्थ्यांची उंची (इंचामध्ये) पुढीलप्रमाणे दिलेली असेल. 60, 67, 65, 63, 62, 64, 61 तर प्रथम सर्व संख्या चढत्या क्रमाने लावून घेऊन मधल्या स्थानी असलेली संख्या म्हणजे मध्यका होय. पहा - प्रथम दिलेली आकडेवारी ओळीने लावून घेऊ - 60, 61, 62, 63, 64, 65, 67 आता मधली संख्या पहा, ती आहे 63, म्हणून 63 ही मध्यका आहे.

(2) जेव्हा वारंवारितेशिवाय नुसती आकडेवारी किंवा अवलोकने दिलेली असतील तेव्हा ही पद्धत सोपी असते. त्यातही जेव्हा विषम अवलोकने असतील तेव्हा ही पद्धत वापरणे शक्य असते जर सम अवलोकने असतील तर मध्यस्थानी दोन संख्या येतील. अशा वेळी त्या दोन संख्यांच्या बेरजेला दोनाने भागून मधली संख्या मिळवावी.

उदाहरणार्थ - विद्यार्थ्यांची उंची (इंचामध्ये) पुढीलप्रमाणे दिलेली असेल 60, 67, 65, 63, 63, 64, 61, 66 तर प्रथम सर्व संख्या चढत्या क्रमाने लावून घेऊ. 60, 61, 62, 63, 64, 65, 66, 67. आता मध्यस्थानी दोन संख्या आहेत. 63 आणि 64 आता मध्यका मिळवण्यासाठी $\frac{63+64}{2} = \frac{127}{2} = 63.5$ अशी मध्यका मिळेल.

वरील दोन्ही उदाहरणांमध्ये दिलेली अवलोकने कमी होती. त्यामुळे आपण सहजपणे त्याचा मध्य काढू शकलो. परंतु बऱ्याच वेळा अवलोकने सहजपणे अर्धी करणे शक्य नसतात; अशा वेळेस मधले अवलोकन काढण्यासाठी पुढील सूत्र वापरतात. $m = \frac{N+1}{2}$ या ठिकाणी N म्हणजे एकूण अवलोकने होत. वरील उदाहरणात 7 अवलोकने आहेत. सूत्रानुसार $m = \frac{7+1}{2} = 4$ चौथे पद म्हणजे 'मध्यका' आहे. पुढील उदाहरणात $m = \frac{8+1}{2} = 4.5$ म्हणजेच चौथे आणि पाचवे यांच्यामधील पद म्हणजे 'मध्यका' आहे, असा त्याचा अर्थ आहे.

(3) जेव्हा **वारंवारिता (खंडित गट मालिका)** दिलेली असते तेव्हा मध्यका कशी मिळवायची ती पाहू.

● **नमुना उदाहरण - 5**

एका वर्गातील विद्यार्थ्यांची उंची व त्यांची संख्या पुढे दिलेली आहे. तर उंचीची मध्यका काढा.

उंची (इंचामध्ये)	50	70	60	80	100	90
विद्यार्थी संख्या	4	10	5	8	2	1

उंची (इंचामध्ये)	विद्यार्थी संख्या	संचित वारंवारिता
50	04	04
60	05	09
<u>70</u>	<u>10</u>	<u>19</u>
80	08	27
90	01	28
100	02	30

आपल्या सूत्रानुसार $m = \dfrac{N+1}{2} = \dfrac{30+1}{2} = 15.5$

15.5 हे उत्तर आले. ते संचित वारंवारितेच्या ज्या गटात बसत असेल त्या गटाची अवलोकने म्हणजे मध्यका होय.

15.5 ही संख्या 19 या संचित वारंवारितेमधील आहे. तो गट म्हणजे 70 इंच उंची असलेला गट आहे. म्हणून मध्यका 70. या पद्धतीने मध्यका काढताना पुढील कृती ओळीने कराव्यात.

(1) दिलेली मूल्ये चढत्या क्रमाने लावून घ्या. त्यांची वारंवारिता त्या त्या अवलोकनासमोर मांडा.

(2) संचित वारंवारिता काढून घ्या. (पेक्षा लहान प्रकारची संचित वारंवारिता काढावी.)

(3) $m = \dfrac{N+1}{2}$ सूत्राच्या आधारे m ची किंमत काढा.

(4) आलेले मूल्य संचित वारंवारितेच्या कोणत्या गटात बसते ते पहा. व तो गट अधोरेखित करा.

(5) त्या गटाचे x मधील मूल्य म्हणजे मध्यका.

(4) **संतत मालिकेची मध्यका** काढताना पुढील सूत्र वापरतात.

पहिले सूत्र - $m = \dfrac{N+1}{2}$

दुसरे सूत्र - $M = L1 + \dfrac{L2 - L1}{f1}(m - c)$

यामध्ये,

M = मध्यका.

L1 = मध्यका गटाचे कमीतकमी मूल्य.

L2 = मध्यका गटाचे जास्तीत जास्त मूल्य.

f1 = मध्यका गटाची वारंवारिता.

c = मध्यका गटाच्या आधीच्या गटाची संचित वारंवारिता.

$m = \dfrac{N+1}{2}$ चे मूल्य

● **नमुना उदाहरण - 6**

xi	fi	संचित वारंवारिता
0-10	10	10
10-20	08	18
20-30	12	30
<u>30-40</u>	<u>20</u>	<u>50</u>
40-50	05	55
50-60	10	65

पहिले सूत्र - $m = \dfrac{N+1}{2} = \dfrac{65+1}{2} = 33$

यावरून आपणास मध्यकेचा गट समजेल. तो गट आहे 30-40. आता दुसरे सूत्र वापरून मध्यका काढू.

$M = L1 + \dfrac{L2 - L1}{f1}(m - c)$

$M = 30 + \dfrac{40 - 30}{20}(33 - 30)$

$$M = 30 + \frac{10}{20} \times 3$$

$$M = 30 + 1.5$$

$$M = 31.5$$

5.3.1 मध्यकेचे गुण

(1) मध्यका अतिशय स्पष्ट असते.

(2) समजायला सोपी आणि गणित फारसे न जाणणाऱ्या व्यक्तीलाही काढता येईल अशी सूत्रबद्ध मांडणी.

(3) मध्यका ही स्थानाशी संबंधित असल्याने खुला वर्ग असो किंवा ती लहान आणि अती मोठी संख्या असो मध्यकेचे मूल्य प्रभावित होत नाही.

(4) पहिला आणि शेवटचा वर्ग जरी खुला असला तरी मध्यकेचे मूल्य काढण्यात अडचण येत नाही.

(5) बऱ्याचदा नुसत्या पहाणीने देखील मध्यका काढता येते, तसेच आलेखाच्या आधारेदेखील मध्यका काढता येते. दोन्ही संचित वारंवारितेचे आलेख काढल्यास त्यांचा छेदनबिंदू म्हणजे मध्यका असते.

5.3.2 मध्यकेचे दोष

(1) सम संख्यांची अवलोकने असताना दोन मध्य मिळतात, नंतर त्यांची सरासरी काढावी लागते.

(2) मध्यका काढताना स्थान महत्त्वाचे असल्याने बीजगणिती क्रियांना महत्त्व उरत नाही.

(3) मध्यका काढताना स्थान महत्त्वाचे असल्याने त्याच्या आधी व नंतर कितीही मोठ्या अगर लहान संख्या असल्या तरी त्याचा परिणाम मध्यकेवर दिसत नाही.

(4) पदमालेची मांडणी चढत्या किंवा उतरत्या क्रमाने करावी लागते.

5.4 बहुलक -

दिलेल्या आकडेवारीमध्ये जी संख्या सर्वात जास्त वेळेला आलेली आहे ती म्हणजे बहुलक. एका अर्थाने बहुलक काढणे फार सोपे आहे. बहुल म्हणजे पुष्कळ. दिलेल्या संख्यामालेमध्ये ज्या संख्येची वारंवारता सगळ्यात जास्त असते ती संख्या म्हणजे बहुलक. या ठिकाणी आपण साध्या पदमालेतील बहुलकाचाच विचार करणार आहोत. बहुलकांचे प्रमुख गुण म्हणजे –

(1) ते काढण्यासाठी गणिती क्रिया कराव्या लागत नाहीत आणि

(2) संख्यात्मक तसेच गुणात्मक आकडेवारीसाठी देखील बहुलक काढता येतो.

● नमुना उदाहरण - 7

एका क्रिकेट खेळणाऱ्या खेळाडूची 20 सामन्यातील धावांची संख्या पुढे दिली आहे तर बहुलक काढा. 68, 70, 73, 71, 78, 70, 69, 70, 72, 74, 72, 69, 67, 70, 70, 71, 69, 74, 71, 72

या आकडेवारीची पहाणी केल्यास जास्त वेळेला आलेली संख्या 70 आहे. म्हणून बहुलक 70.

एखाद्या आकडेवारीमध्ये दोन संख्या समान जास्त वेळेला आल्या आहेत; असे पण दृष्टीस येऊ शकते; अशा वेळेस दोन बहुलक आहेत असे आपण म्हणतो.

● नमुना उदाहरण - 8

एका हॉकी टीमचे गोल्स पुढीलप्रमाणे झाले आहेत. त्यावरून बहुलक काढा.

0, 1, 3, 0, 4, 3, 1, 2, 0, 3

यामध्ये आकडेवारीची नीट पहाणी केल्यास असे आढळते, की 2 आणि 4 या संख्या एकदाच आल्या आहेत. 1 ही संख्या दोनदा आली आहे आणि 0 व 3 या दोन संख्या तीनदा आल्या आहेत. तेव्हा या उदाहरणात दोन बहुलके आहेत. 0 आणि 3.

एखाद्या आकडेवारीमध्ये दोन बहुलके असणे म्हणजे दिलेली आकडेवारी ही एकजिनसी (homogeneous) नाही.

● नमुना उदाहरण - 9

खाली दिलेल्या आकडेवारीची सरासरी, मध्यका आणि बहुलक काढा.
आकडेवारी

(अ) 2, 1, 2, 1, 1, 5, 9, 4

(आ) 2, 5, 1, 4, 9, 8, 7

(इ) 8, 2, 6, 8, 3, 3, 1, 5, 1, 8, 3

आधी सर्व आकडेवारी चढत्या क्रमाने लावून घ्या आणि सोडवा. उत्तरे पुढीलप्रमाणे येतात का पहा.

	बहुलक	मध्यका	सरासरी
(अ)	1	2	2.89
(आ)	नाही	5	5.14
(इ)	3,8	3	4,36

आता आपण स्वअभ्यास मधील गणिते सोडवून पाहू. पहिली काही गणिते सोडवलेली आहेत.

5.1.6 पुढील संख्यांची मध्यका काढा. 12, 17, 14, 13, 11, 18, 19, 15, 15 सर्वप्रथम सर्व संख्या चढत्या क्रमाने लावून घेऊ.

11, 12, 13, 14, 15, 16, 17, 18, 19

$N = 9.$ ∴ $\dfrac{N+1}{2} = \dfrac{9+1}{2} = 5$ ∴ 5 व्या स्थानावरील संख्या म्हणजे 15 ही मध्यका होय.

5.1.7 प्रथम वर्गातील विद्यार्थ्यांची उंची (इंचामध्ये) पुढे दिली आहे. त्यावरून वर्गातील मुलांच्या उंचीचा बहुलक काढा.

60, 62, 61, 60, 56, 59, 60, 60, 60, 62, 50, 59, 58, 64, 65, 62, 61, 61, 60, 60, 62, 58, 60, 56, 60, 60, 53, 57, 58, 60, 60, 62, 61, 60

60 ही संख्या 14 वेळा आली आहे.

61 ही संख्या 4 वेळा आली आहे; ∴ बहुलक 14 हा नुसत्या पाहणीवरून काढता आला.

5.1.8 पुढे दिलेल्या माहितीवरून मध्यका काढा.

उंची (से.मी.)	100-110	110-120	120-130	130-140	140-150
विद्यार्थी संख्या	05	08	20	10	07

x	f	संचयित वारंवारता
100-110	05	05
110-120	08	13
120-130	20	33
130-140	10	43
140-150	07	50

पहिले सूत्र - $m = \dfrac{N+1}{2} = \dfrac{50+1}{2} = 25.5$

यावरून आपणास मध्यकेचा गट समजेल. तो गट आहे (120-130). आता दुसरे सूत्र वापरून मध्यका काढू.

$$M = L1 + \frac{L2 - L1}{f1}(m - c)$$

$$M = 120 + \frac{10}{20}(25.5 - 13) = 126.25$$

5.1.9 आठ नाणी एकाच वेळी हवेत उडवली, असे 256 वेळा केल्यावर किती वेळा छापा पडला ते खाली दिले आहे, त्यावरून मध्यका काढा.

छापा	0	1	2	3	4	5	6	7	8
संख्या	1	9	26	59	72	52	29	7	1

छापा	संख्या	संचित वारंवारता
0	01	001
1	09	010
2	26	036
3	58	095
4	72	167
5	52	219
6	29	248
7	07	255
8	01	256

खंडित पदमालेची मध्यका काढण्याचे सूत्र,

$$m = \frac{N}{2} = \frac{256}{2} = 128$$

128 हे स्थान 167 या संचित वारंवारितेत येते. त्यामुळे 4 ही मध्यका आहे. आता पुढील गणिते तुमची तुम्ही सोडवायची आहेत.

5.5 स्वअभ्यास - 2

5.5.1 आठ शेअर्सचे किंमत उत्पन्न प्रमाण (Price - Earnings Ratio) पुढे दिलेला आहे; त्यावरून सरासरी, मध्यका आणि बहुलक काढा.

5, 3, 12.9, 10.1, 8.4, 18.7, 16.2, 35.5, 10.1

5.5.2 पेट्रोल प्रत्येक राज्यातील कराचा दर पुढे दिले आहेत. त्यावरून सरासरी, मध्यका आणि बहुलक काढा.

राज्य	कर
महाराष्ट्र	29%
केरळ	28%
गुजरात	25%
आंध्र प्रदेश	24%
ओरिसा	24%
मध्यप्रदेश	23%
बिहार	23%

5.5.3 भारतीय शेअर बाजारातील किंमत उत्पन्न प्रमाणावरून काही शेअर्सची निवड केली आहे. त्यावरून सरासरी, मध्यका काढा.

प्रमाण	वारंवारिता
-0.5 -4.5	05
4.5-9.5	54
9.5-14.5	25
14.5-19.5	09
19.5-24.4	04
24.5-29.5	01
29.5-34.5	02

5.5.4 50 विजेच्या दिव्यांचा जळण्याचा कालावधी (आयुष्य) पुढे दिला आहे. त्यावरून सरासरी, मध्यका काढा.

कालावधी	वारंवारिता
799.5-899.5	03
899.5-999.5	10
999.5-1099.5	24
1099.5-1199.5	12
1199.5-1299.5	01

5.5.5 प्रत्येक वर्षातील घरांची संख्या पुढे दिली आहे. त्यावरून सरासरी, मध्यका आणि बहुलका काढा.

वर्ष	संख्या
1999	1,600,000
2000	1,490,000
2001	1,380,000
2002	1,200,000
2003	1,100,000
2004	1,200,000

5.5.6 केंद्र शासनाचा माध्यमिक शिक्षणावर राज्यवार प्रत्येक विद्यार्थ्यावर होणारा खर्च पुढे दिला आहे, त्यावरून सरासरी, मध्यका आणि बहुलक काढा.

राज्य	प्रत्येक विद्यार्थ्यांवर होणारा खर्च
महाराष्ट्र	4030
केरळ	3960
गुजरात	4770
आंध्र प्रदेश	4840
ओरिसा	4840
मध्यप्रदेश	4440
बिहार	6450

5.5.7 खाली दिलेल्या संख्यामालेसाठी मध्यका काढा.

(अ) 38, 34, 39, 35, 32, 31, 30, 41

(आ) 30, 31, 36, 33, 29, 28, 35, 36

5.5.8 खाली विद्यार्थ्यांचे गुण दिलेले आहेत. त्यावरून सरासरी व मध्यका काढा.

गुण	-0-10	10-20	20-30	30-40	40-50	50-60
संख्या	12	18	27	20	17	6

5.5.9 खाली विद्यार्थ्यांचे दोन विषयातील गुण दिलेले आहेत. त्यावरून कोणत्या विषयात विद्यार्थ्यांनी चांगले गुण मिळवले आहेत ते काढा. (दोन्ही विषयांच्या मध्यका काढा, व मोठी मध्यका ज्या विषयाची असेल त्या विषयामध्ये विद्यार्थ्यांनी चांगले गुण मिळवले आहेत.)

अनुक्रमांक	1	2	3	4	5	6	7	8	9	10
x	63	64	62	32	30	60	47	46	35	28
y	68	66	35	42	26	85	44	80	33	72

5.5.10 सरासरी, मध्यका आणि बहुलक यांच्यातील गुण-दोषांची तुलना करा.

उत्तरे -	सरासरी	मध्यका	बहुलक
5.5.1 (1)	14.7	11.5	10.1
5.5.2 (2)	25.14	24	23,24
5.5.3 (3)	10.20	8.71	
5.5.4 (4)	1045.5	1049	
5.5.5 (5)	1,328.000	1,290,000	1,200,000
5.5.6 (6)	4761.42	4840	4840

5.5.7 (7) मध्यका (अ) 35 (आ) 32

5.5.8 (8) सरासरी 27, मध्यका 27, 41

5.5.9 (9) $\bar{x} = 46.5$, $\bar{y} = 55$

◆ ◆

प्रकरण

६

संशोधनाची तंत्रे व अहवाल लेखन
(Research Techniques and Report Writing)

6.1 संशोधनाची तंत्रे ●6.1.1 संशोधन - अर्थ - ● 6.1.2 संशोधनाचे प्रकार - ●6.1.3 समस्येची निवड ● 6.1.4 अभ्यासाची उद्दिष्टे ●6.1.5 समस्येची विधान - व्याख्या व मांडणी ●6.1.6 नमुना पद्धती - प्रकार ●6.2 अहवाल लेखन ●6.2.1 चांगल्या अहवाल लेखनाची उद्दिष्टे व वैशिष्ट्ये ●6.2.2 अहवाल लेखनाच्या पायऱ्या

6.1 संशोधनाची तंत्रे - प्रस्तावना

आजपर्यंत मानवाच्या प्रगतीचा जो इतिहास आहे तो कुतूहल व संशोधनावर आधारित आहे. प्रत्येक बाबतीतील कुतूहल व त्या कुतूहलाचे शोधलेले उत्तर मानवाला वेगळ्या प्रकाराने वरच्या प्रगत पायरीवर घेऊन गेले. शेती, लाकूड काम, चाकाचा शोध, धातूचा लागलेला शोध, त्यापासून बनविलेल्या वस्तू, मूर्ती आणि नाणी, घरबांधणी इत्यादी प्रत्येक बाबतीत माणसाने प्रगती केली ती संशोधनाच्या जोरावर. अजूनही त्याचे संशोधन चालूच आहे.... चंद्रावर काय आहे...? मंगळावर जीवन आहे का...? अंतराळातील अन्य ग्रहांवर मनुष्यसदृश्य वस्ती आहे का? असे प्रश्न अंतराळाबाबतचे त्याचे कुतूहल आणि भविष्यातील पृथ्वीपलीकडच्या क्षितिजांची आव्हाने दर्शवितात.

कुतूहल आणि संशोधन यांचा प्रवास इतिहासपूर्व काळापासून जरी सुरू असला तरी, संशोधनाची शिस्त, पद्धतशीर मांडणी व प्रयोगाद्वारे एखादी बाब सिद्ध करण्याची धडपड गेल्या 400 वर्षांतील आहे.

शेतीतील प्रयोग, यंत्रयुगातील प्रगती आणि गेल्या 100 वर्षांतील माहिती आणि संवाद यामधील जग जवळ आणण्याची संशाधने, यांत्रिक गणकापासून (कॅल्क्युलेटर) पासून वैयक्तिक संगणकापर्यंत (कॉम्प्युटर) झालेला प्रवास ही सर्व

संशोधनाची व संशोधनातून झालेल्या प्रगतीतीच उदाहरणे सांगता येतील. अंतराळ, विज्ञान, रसायन, शरीरशास्त्र, अभियांत्रिकी, शेती अशा सर्वच क्षेत्रांमध्ये संशोधन सतत चालू असते आणि त्याची माहिती आपल्याला मिळत असते. ही सर्व उदाहरणे आधुनिक वैज्ञानिक संशोधन या प्रकारात समाविष्ट होतात.

एखाद्या घटनेविषयी वाटणारे कुतूहल किंवा उत्सुकता, त्यातून ही उत्सुकता शमविण्यासाठी केलेली धडपड, त्यातून निर्माण झालेल्या समस्या व त्यांची उकल आणि झालेला रहस्यभेद हे सर्व माणसाची प्रगती होण्याची धडपड दर्शवितात आणि अशाप्रकारे कुतूहलातून संशोधन निर्माण होते.

घटना दोन प्रकारच्या असतात - नैसर्गिक आणि मानवनिर्मित. या दोन्ही घटनांविषयी वाटणारी उत्सुकता माणसाला संशोधन करण्यास प्रवृत्त करते. निसर्गाशी संबंधित किंवा निसर्गामुळे घडलेल्या घटनांना नैसर्गिक घटना म्हटले जाते तर मानवामुळे घडलेल्या आणि मानवाशी संबंधित घटनांना मानवनिर्मित घटना म्हटले जाते. मानवांशी संबंधित घटनांच्या अभ्यासाला व संशोधनाला 'सामाजिक शास्त्रांचे संशोधन' असे म्हणतात.

वैज्ञानिक संशोधनासारखेच सामाजिक शास्त्रांमध्ये देखील विविध बाबींविषयी संशोधन चालू असते. सामाजिक शास्त्रांमधील विषयांची व्याप्ती फार मोठी असते. अर्थशास्त्र, समाजशास्त्र, इतिहास अशा विषयांमध्ये असंख्य उपविषयांचा समावेश होतो. त्यांचा विविध अंगांनी अभ्यास होतो. प्रत्येक अभ्यासातून समस्येबाबतचे सखोल ज्ञान होते आणि कधी कधी उकल देखील होते!

6.1.1. संशोधन - अर्थ

या ठिकाणी 'संशोधन' म्हणजे आपण सामाजिक शास्त्रामध्ये होणारे संशोधन गृहीत धरले आहे. सामाजिक, मानवनिर्मित घटनांबाबत काही समस्या निर्माण होतात. त्या समस्या सोडवायच्या असतील तर त्या घटनेमागचा कार्यकारण भाव कळला पाहिजे. जेव्हा तो कळत नाही आणि जाणून घ्यायची उत्सुकता वाटत राहते, तेव्हा आपण त्याबाबतचे संशोधन करण्यास उद्युक्त होतो. असे संशोधन करताना ते फलदायी व्हावे म्हणून त्या बाबत काही शिस्त घालून दिलेली आहे, काही सुनियोजित असा आराखडा बांधून दिलेला आहे. त्या चौकटीत राहून संशोधन केल्यास संशोधन भरकटत जात नाही आणि समस्येची उकल करण्याच्या दिशेने आपला प्रवास होऊ शकतो. या आराखड्यास किंवा चौकटीस आपण 'संशोधन पद्धती' असे म्हणतो. काही निवडक समाजशास्त्रज्ञांनी दिलेल्या काही व्याख्या पाहू -

(1) पोलंडमधल्या समाजशास्त्रज्ञ श्रीमती पाउलिन व्ही. यंग यांनी सामाजिक संशोधनाची व्याख्या अशी केली आहे.... सामाजिक संशोधन म्हणजे नवीन

तथ्यांचा (facts) शोध घेण्यासाठी आणि जुनी तथ्ये तपासून पाहण्यासाठी अत्यंत तर्कशुद्ध आणि क्रमाने केलेला शास्त्रीय अभ्यास व विश्लेषण होय. यातून घटनांचा कार्यकारण भाव समजतो आणि त्याच्यातील आंतरप्रवाहांचे देखील विश्लेषण करता येते.

(2) बोगाड्र्स या आणखी एका प्रसिद्ध समाजशास्त्रज्ञाने समाजाच्या व्याख्येच्या आधारे सामाजिक संशोधनाची व्याख्या सांगितली आहे. त्याच्या मते एकत्र राहाणाऱ्या आणि एकमेकांशी संबंधित असणाऱ्या लोकांच्या आंतरक्रियांबाबतचे तर्कशुद्ध संशोधन म्हणजे सामाजिक संशोधन.

(3) जे. डब्ल्यू. वेस्ट यांच्या मते, सामाजिक संशोधन म्हणजे सामाजिक प्रश्नांचा शास्त्रीय व वैज्ञानिक दृष्टीने केलेला सुव्यवस्थित आणि नियमबद्ध अभ्यास.

6.1.2 संशोधनाचे प्रकार

संशोधनाचे स्वरूप कसे आहे, संशोधनाचे विधान किंवा गृहीतकृत्य काय आहे, यावर संशोधनाचे प्रकार निश्चित होतात. संशोधनाचे विधान म्हणजेच संशोधनाचे गृहीतक किंवा गृहीतकृत्य आणि गृहीतकृत्य या शब्दांचा आणि संशोधनाची गृहीते या शब्दाचा गोंधळ होऊ शकतो. गृहीतक आणि गृहीते यात संकल्पनात्मक फरक आहे; त्यात गोंधळ होऊ नये म्हणून आपण संशोधनाचे विधान असा शब्द वापरणार आहोत. संशोधनाचे तीन प्रकार आहेत. -

(1) मौलिक किंवा शुद्ध सैद्धांतिक संशोधन (Pure Fundamental Research) - हा संशोधनाचा अत्यंत महत्त्वाचा आणि मूलभूत प्रकार आहे. ज्या संशोधनाने अस्तित्वात असलेल्या ज्ञानामध्ये खरोखरच मूल्यात्मक भर पडते आणि अशा संशोधनाचा सामाजिक जीवनावर काही विशेष गुणात्मक परिणाम होतो अशा संशोधनाला 'मौलिक संशोधन' म्हणतात. श्रीमती पाउलिनने सांगितल्याप्रमाणे नव्या तथ्यांचा अभ्यास करणे आणि जुनी किंवा प्रचलित असलेली तथ्ये तपासून पहाणे यासाठी असे संशोधन करणे गरजेचे असते. ज्ञानप्राप्ती आणि असलेल्या ज्ञानाचे शुद्धीकरण असा या संशोधन प्रकारामागील उद्देश आहे. नवीन प्राप्त झालेल्या ज्ञानामुळे परिस्थितीशी अधिक यशस्वीपणे सामना करता येईल अशी अपेक्षा असते. नवे सिद्धान्त मांडणे जेवढे महत्त्वाचे असते तेवढेच जुने तपासून पहाणे देखील महत्त्वाचे असते. उदाहरणार्थ, सर जे. बी. से यांचा बाजारविषयक सिद्धान्त म्हणजे पुरवठा आपली मागणी निर्माण करतो असा आहे. हा सिद्धान्त तपासून पाहिला गेला आणि त्यातून नवे सिद्धान्त मांडले गेले. केन्स ने से च्या सिद्धान्तावर टीका केली आणि पूर्ण अभ्यासावर आधारलेला आपला पूर्ण रोजगारविषयीचा वेगळा सिद्धान्त मांडला. असेच दुसरे उदाहरण म्हणजे सर आयर्विन फिशरचा. चलनसंख्यामान

सिद्धान्त. त्यावरून पैसा आणि किमती यांच्यातील संबंध जगाला समजला. फिशरचा सिद्धान्त हा 'मौलिक सिद्धान्त' समजला जातो.

(2) व्यावहारिक संशोधन - (Applied Research) : ज्या संशोधनाचा उपयोग व्यवहारासाठी होतो ते व्यावहारिक संशोधन. व्यवहार म्हणजे दैनंदिन व्यवहार, सामाजिक संबंधांचे व्यवहार, कायदे, धर्म संबंधित व्यवहार, शिक्षण, आरोग्य, संरक्षण इत्यादी संबंधी व्यवहार अपेक्षित आहेत. थोडक्यात, जीवनाशी ज्या ज्या बाबी निगडित आहेत, त्या आर्थिक व सामाजिक सर्व व्यवहारांचा संबंध व्यावहारिक संबंधांशी जोडलेला आहे. एका अर्थाने व्यावहारिक संशोधन हे अर्थशास्त्राला अधिक जवळचे संशोधन आहे, कारण अर्थशास्त्राचा संबंध व्यवहाराशी जास्त आहे. समाजात निर्माण होणाऱ्या आर्थिकप्रश्नांची उत्तरे शोधण्यासाठी संशोधन केले जाते ते व्यावहारिक संशोधन होय. त्यापासून जे ज्ञान प्राप्त होते त्याचा मानवी समाजाला व्यवहारात उपयोग होणार असेल तर ते जास्त महत्त्वाचे असते. संशोधनातून मानवाचे कल्याण किंवा समाजाचा फायदा झाला पाहिजे हा अशा संशोधनाचा मूळ हेतू आहे.

(3) क्रियात्मक संशोधन - (Action Research) : हा प्रकार व्यावहारिक संशोधनाशी मिळता-जुळता आहे. जे संशोधन व्यवहारात उपयोगी पडणारे असते आणि जे प्रत्यक्षातही आणता येते ते क्रियात्मक संशोधन. या संशोधनाचे निष्कर्ष समाजाच्या प्रगतीसाठी उपयोगी पडतात. समाजामध्ये काही सकारात्मक बदल घडवून आणता येणे शक्य होते अशी ही संशोधने असतात. मौलिक संशोधन करणारे संशोधक ज्ञानसाधनेत आनंद मानणारे असतात. ते त्यांच्या स्वतःसाठी संशोधन करतात, समस्येचे उत्तर मिळाले की त्यांना आनंद होतो, असे म्हटले तरी चालेल परंतु व्यावहारिक किंवा कार्यात्मक संशोधन करणारे मात्र केवळ ज्ञानसाधना किंवा माहिती मिळवण्यासाठी संशोधन करत नसून समस्येचे उत्तर शोधून ते उत्तर कार्यान्वित करण्यामध्ये देखील त्यांना रस असतो. सर आयर्विन फिशर यांचा चलन संख्यामान सिद्धान्त हा जरी मौलिक असला तरी तो व्यावहारिक आणि क्रियात्मक ही आहे, असे फिशरचे म्हणणे आहे; असे गालब्रेथ ने आपल्या 'The age of uncertainity' या पुस्तकात नमूद केलेले आहे. सामाजिक व आर्थिक समस्यांचा पूर्ण अभ्यास करून त्यावर उपाययोजना सुचवून त्या कार्यान्वित होऊ शकतील अशी या संशोधनाची कुवत असते.

6.1.3. समस्येची निवड -

अभ्यासक्रमांतर्गत संशोधन करताना समस्येची निवड करावी लागते. याचा अर्थ आधी संशोधन करायचे आहे असे आपण ठरवले आणि मग कसले संशोधन करायचे याचा विचार करू लागलो आहोत असा होतो. खरे पाहता आधी समस्येची

जाणीव व्हायला हवी आणि या समस्येची उकल केली पाहिजे या विचाराने छळले पाहिजे आणि मग या उकल करण्याच्या हव्यासापोटी संशोधन झाले पाहिजे. ही समस्या नैसर्गिक, मानवनिर्मित असेल, ती वैज्ञानिक अंगाने किंवा सामाजिक अंगाने जाणारी असेल त्याप्रमाणे त्याचा अभ्यास करायला हवा.

सध्या, आधी संशोधकाची एक शाखा ठरलेली असते. त्या शाखेमध्येच संशोधन करायचे आहे असे ठरवले जाते. हे संशोधन सामाजिक शास्त्रातील असते किंवा वैज्ञानिक असते. याला 'शैक्षणिक संशोधन' म्हणतात. आपल्या शाखेनुसार अभ्यासक समस्येची शोधाशोध करू लागतो, म्हणून समस्येची निवड कशी करावी किंवा संशोधन करण्याजोगी समस्या कुठे सापडेल हीच एक समस्या होऊन बसते.

अभ्यासक्रमाला जशा प्रकल्पाची गरज असते त्याप्रमाणे संशोधन केले असते. अर्थशास्त्र, समाजशास्त्र अशा विद्याशाखांमधील विद्यार्थ्याला संशोधन करता येईल अशा समस्येची निवड करणे हा याचा सर्वात महत्त्वाचा भाग आहे. या समस्या दोन प्रकारच्या असतात -

(1) व्यक्तिगत जिज्ञासेतून उद्भवणारी समस्या - संशोधनकर्त्याची व्यक्तिगत उत्सुकता, जिज्ञासा शमवण्यासाठी, एखादी समस्या अभ्यासण्यासाठी हाती घेतली जाते.

(2) समाजाची तत्कालीन समस्या - समाजाला भेडसावणारी व तत्कालीन उद्भवणारी समस्या म्हणजे तत्कालीन समस्या.

समस्या निवडण्यापूर्वी संशोधनकर्त्याने किंवा विद्यार्थ्याने पुढील बाबींचा विचार केला पाहिजे : -

(1) आपली आवड : आपल्याला ज्या विषयाचा अभ्यास समस्येच्या अनुषंगाने करावा लागणार आहे त्यात आपल्याला आवड असावी; अशा संशोधनामध्ये भरपूर वाचन करावे लागते, मुद्दे काढून अभ्यास करावा लागतो. आवड असेल तर अशा अभ्यासासाठी सवड काढली जाते आणि रुची घेऊन संशोधन पूर्ण केले जाते.

(2) समस्येबाबत काही पूर्वज्ञान आवश्यक : जी समस्या आपण अभ्यासणार आहोत तिचे काही आधी वेगळ्या अंगाने संशोधन झाले असेल तर अभ्यास करणे जरा सुकर होते. एखाद्या समस्येकडे पाहण्याचा प्रत्येकाचा दृष्टिकोन वेगळा असू शकतो व त्या त्या दृष्टिकोनातून व त्या संबंधित विद्याशाखेतर्फे पुन्हा अभ्यास होऊ शकतो. याचा अर्थ एकच समस्या विज्ञानाचा विद्यार्थी ज्या पद्धतीने मांडेल त्या पेक्षा अर्थशास्त्राचा विद्यार्थी वेगळ्या तऱ्हेने मांडेल.

(3) अभ्यास साधनांची उपलब्धता : ज्या समस्येसंबंधी आपल्या सामाजिक शास्त्रांशी संबंधित अध्ययनाची साधने उपलब्ध आहेत अशाच समस्येची निवड करावी.

(4) उपयोगिता : आपल्या संशोधनाचा समाजाला व शासनाला उपयोग

व्हावा व त्यातून काही प्रगत निष्कर्ष निघाले तर ते प्रसिद्ध करता यावेत म्हणजेच समस्या व्यवहार्य असावी.

6.1.4 अभ्यासाची उद्दिष्टे :

संशोधनास सुरुवात करण्यापूर्वी संशोधनासाठी जी समस्या घेतली आहे तिचा अभ्यास करण्यामागची आपली उद्दिष्टे स्पष्ट केली पाहिजेत; आपण संशोधन का करतो आहोत, त्यासाठी कोणती समस्या निवडली आहे, तीच समस्या का निवडली आहे, हे पाहाणे म्हणजे अभ्यासाची उद्दिष्टे निश्चित करणे होय; ही उद्दिष्टे चार प्रकारची असतात -

(1) सामान्य उद्देश (General Aim) : आपल्या संशोधनातून जर सामान्य (general) समाजाला काही फायदा होणार असेल किंवा आपले संशोधन जर समाज जीवनाशी निगडित असणारे असेल तर आपले उद्दिष्ट सामान्य उद्दिष्ट आहे असे मानले जाते.

(2) विशिष्ट उद्दिष्ट (Specific Aim) : आपले संशोधन जर एखाद्या विशिष्ट गटाच्या समूहाच्या किंवा कोणत्यातरी विशिष्ट पैलूच्या अभ्यासासाठी केले गेले असेल तर आपले उद्दिष्ट विशिष्ट असते. संशोधनास वरीलपैकी कोणतेतरी एक किंवा दोन्ही उद्दिष्टे असलीच पाहिजेत. या उद्दिष्टांच्या आधारावरच सर्वेक्षणाची पद्धत, प्रश्नावली, संशोधनाची तंत्रे निश्चित होत असतात.

(3) सैद्धान्तिक उद्देश -

(अ) ज्ञानप्राप्ती - आपले संशोधन हे आपल्या ज्ञानात भर घालणारे असते. नवीन समस्येची तथ्ये, विधाने, गृहीते यांचा अभ्यास करताना आपले ज्ञान वाढत असते. अनेक नव्या संकल्पना कळतात, जुन्या संकल्पना तपासल्या जातात. कधी कधी संशोधनाच्या सुरुवातीला ज्या गुहीतांच्या आधारे आपण संशोधनाला सुरुवात केली त्या गृहीतांनाच छेद जातो आणि आपले संशोधन नवे वळण घेते.

(आ) आंतरप्रवाहांचा शोध घेणे - समाजातील अनेक घटक एकमेकांत गुंतलेले असतात. आपल्या संशोधनाच्या आधारे या आंतरप्रवाहांची गुंतागुंत समजते. समाज हा गतिशील असतो, समाजातील हे घटक व त्यांची गुंतागुंत हे देखील बदलत असतात, हे बदल अभ्यासता येतात.

(4) व्यावहारिक व उपयोगितेचे उद्दिष्ट - आपल्या संशोधनाने समाजाचा फायदा व्हावा, त्याचा पुढच्या अभ्यासकांना देखील काही उपयोग व्हावा अशा उद्दिष्टाने संशोधन केले जाते; अशा संशोधनातून जी माहिती व ज्ञान आपल्याला मिळाले ते समाजाला उपयोगी ठरावे हा त्यामागील उद्देश असतो. हे व्यावहारिक उद्देश पुढीलप्रमाणे सांगता येतील.

(अ) सामाजिक समस्या सोडवण्याच्या दृष्टीने होणारा उपयोग.

(आ) सामाजिक तणाव लक्षात घेऊन त्याची कारणे समजावून घेण्याच्या दृष्टिने होणारा उपयोग -

(इ) शासनाला काही धोरणे आखण्यासाठी होणारा उपयोग.

6.1.5 समस्येचे विधान (Hypothesis for Research)

व्याख्या व मांडणी - प्रसिद्ध समाजशास्त्र गुड आणि हॅट यांच्या मते, ''ज्या वाक्याची सप्रमाणता तपासता येते, आणि त्याचे परीक्षण पुढील संशोधनासाठी उपयुक्त ठरते, अशा संशोधन समस्येच्या संक्षिप्त रूपाला विधान असे म्हणतात.'

संशोधनाला सुरुवात करताना समस्या निवडली, त्या संशोधनामागील आपली उद्दिष्टेही निश्चित केली, आता या संशोधनयोग्य समस्येचे छोटे रूप तयार करावे लागते. यालाच त्या समस्येचे विधान, संकल्पसिद्धान्त असेही म्हणतात. आपण संशोधन करत असलेल्या समस्येबाबत एका वाक्यात सांगणे म्हणजे एक विधान तयार करणे होय. मागे पाहिलेला से च सिद्धान्त - ''पुरवठा आपली मागणी आपणच निर्माण करतो'' हे एक विधान आहे. ते 'से' ने मांडले. त्याबद्दलची किंवा ते सिद्ध करताना कोणती गृहीते असतील तरच ते सिद्ध होईल असेही मांडले. हे विधान त्या गृहीतांच्या आधारे सिद्ध झाल्यानंतर त्याचा सिद्धान्त झाला. गृहीते आणि विधान यात फरक आहे हे लक्षात घ्यायला हवे. गृहीते म्हणजे विधान सिद्ध करण्यासाठी आपण काही विशिष्ट परिस्थिती असेल असे आधीच गृहीत धरलेले असते. या गृहीतांवरून आपण विधान सिद्ध करतो. गृहीते (assumptions) आणि विधान (hypothesis) यात मूलत: फरक आहे, हे विसरता कामा नये.

संशोधनासाठी घेतलेली समस्या नेमकी काय आहे, अभ्यास कशाचा करायचा आहे, याबाबत अभ्यासक विचार करतो. त्याकरता त्या समस्येचे विधान मांडले की समस्या चौकटबद्ध होते. विधान मांडले की संशोधनाची उद्दिष्टे, गृहीते ही स्पष्ट होऊ शकतात. समस्या निवडताना आपण काही एक संशोधनयोग्य समस्या निवडतो. त्या समस्येबाबत काही एक अनुमान अंदाजे काढले जाते. हे अनुमान बरोबर आहे की नाही हे तपासण्यासाठी संशोधक संशोधन करतो. हे अनुमान एका वाक्यात मांडणे म्हणजे त्या अनुमानाचे विधान तयार करणे होय; आपण पुढील उदाहरण पाहू.

उदाहरणार्थ - सध्या शिक्षक - प्राध्यापक वर्गात जाऊन आपापले तास नीट घेत नाहीत अशा प्रकारची ओरड सगळीकडेच होताना दिसते. त्याबद्दल वर्तमानपत्रातून लेख, वाचकांच्या पत्रव्यवहारातून पत्रे, त्यानंतर त्यांना सहावा वेतन आयोग मिळाल्यावर तर आणखीनच अस्वस्थता वाढली; ही समस्या आहे. समजा एखाद्या संशोधकाने याचा अभ्यास करायचा ठरवला तर त्याचे विधान काय होईल?

समस्येचे विधान : प्राध्यापक वर्गावर जाऊन शिकवत नाहीत.

आता हे विधान आपणास तपासून पाहायचे आहे. त्याकरता माहिती गोळा करणे, विद्यार्थी, पालक, प्राध्यापक, प्राचार्य संस्थाचालक अशा सर्वांच्या मुलाखती घेणे, माहिती गोळा करणे व माहिती, आकडेवारी यांचे विश्लेषण करून आपले विधान खरे किंवा खोटे ठरवणे अशा मार्गाने संशोधक आपले संशोधन पुढे नेत असतो. विधानामुळे संशोधनाची दिशा निश्चित होते.

6.1.6 संशोधन पद्धती - नमुना पद्धत व त्याचे प्रकार

आतापर्यंत आपण संशोधनाचे विविध प्रकार, समस्या निवड, उद्दिष्टे, विधान या सर्वांचा अभ्यास केला. आता प्रत्यक्ष कामाला सुरुवात करायची तर आधी समस्येचे ते पहावे. ज्या समस्येचा अभ्यास करायचा त्याची व्याप्ती किती मोठी आहे, संशोधक विद्यार्थी म्हणून एकट्याच्या किंवा एका छोट्या गटाने मिळून जर अभ्यास करायचा ठरवला तर आपल्या समूहाची ताकद त्या सर्व संख्येपर्यंत पोहोचण्याची आहे किंवा नाही हे पाहावे लागते. तसे नसेल तर मात्र आपल्याला त्या मोठ्या संख्येचा छोटा नमुना मिळवावा लागतो व तो नमुना अभ्यासावा लागतो. नमुना अभ्यासणे आणि निष्कर्ष काढणे याचा अर्थ 'शितावरून भाताची परीक्षा' करण्यासारखेच आहे. नमुना पद्धती ही संशोधन पद्धतीतील अत्यंत महत्त्वाची पद्धत आहे. आपल्या रोजच्या व्यवहारामध्ये देखील असंख्य वेळा आपण नमुन्याचा अभ्यास करत असतो. डॉक्टर कडून होणारी रोग्याची रक्त तपासणी, ओंजळभर धान्यावरून संपूर्ण पोत्यातील धान्याबाबत अटकळ बांधणे, एखाद्या फळावरून संपूर्ण करंडीतील फळांबाबत अंदाज बांधणे, मिठाईच्या दुकानात मिठाईवाला पटकन् एखादा मिठाईचा तुकडा ग्राहकाच्या हातावर ठेवतो, गृहिणी भाजी, आमटीची चव घेऊन बघतात, इत्यादी असंख्य उदाहरणे सांगता येतील.

ज्या समूहाचा अभ्यास करायचा आहे, त्या समूहाच्या एकेक सदस्याशी संपर्क साधून माहिती गोळा केली तर त्याला 'जनगणना पद्धत' (Census) म्हणतात; जर समूह लहान असेल तर ही जनगणना पद्धत राबवणे सोपे असते. उदाहरणार्थ, वर्गातील 100 मुलांकडून माहिती घेण्यासाठी एकेका मुलाला बोलावून माहिती घेणे सोपे असते परंतु सर्व महाविद्यालयांच्या सर्व विद्यार्थ्यांकडून एकेक करून माहिती मिळवायची ठरवली तर ते शक्य होणार नाही; अशा वेळेस अशा समूहाचे प्रतिनिधित्व करणारा गट म्हणून आपल्याला काही थोडी मुले प्रातिनिधिक स्वरूपात बोलवावी लागतात. त्याला आपण 'नमुना निवड' म्हणतो. नमुन्यातील घटक हे एका विस्तृत समूहाचे प्रतिनिधित्व करतात. त्या समूहाचे गुण व दोष त्या. नमुन्यात प्रतिबिंबित झाले आहेत असे गृहीत धरले जाते व नमुन्यातील घटकांचा अभ्यास करून निष्कर्ष

काढले जातात, त्याला 'नमुना चाचणी' असे म्हणतात अशा नमुना चाचणीमुळे वेळ, श्रम व पैसा वाचतो.

नमुन्याची वैशिष्ट्ये-

(1) नमुना संपूर्ण समग्राचा (Census) प्रातिनिधिक भाग असावा त्याचे स्वरूप अंशरूपी म्हणजे छोटे असावे.

(2) नमुना पूर्वग्रहदूषित नसावा.

(3) अध्ययन विषयाला अनुकूल असा नमुना असावा.

(4) नमुना निश्चित व शुद्ध असावा.

नमुना प्रकार -

(1) यादृच्छिक नमुना निवड (Random) : या नमुना निवड प्रकारामध्ये समग्राच्या सर्वच घटकांना निवडले जाण्याची समान संधी मिळते. संशोधकाच्या मताप्रमाणे निवड होत नसते. त्याच्या इच्छेला या प्रकारात वाव नसतो. ज्या घटकाची निवड होते ती योगायोगानेच झालेली असते. ही समान संधी देणाऱ्या निवडीच्या काही पद्धती आहेत त्यापैकी 'लॉटरी पद्धत' किंवा सोडत. ही लोकप्रिय असलेली एक पद्धत आहे. किंवा ठराविक क्रमाने ठराविक क्रमवारीचा नमुना उचलणे म्हणजे जर विद्यार्थी निवडायचे असतील तर त्यांच्या क्रमांका नुसार 5 वा, 10 वा, 15 वा असे विद्यार्थी निवडले जातात. ठराविक भागातील नमुना पद्धतीने निवडला जातो किंवा ठरावीक गटासाठी काही ठराविक संख्या निश्चित करून दिली जाते. आपल्या वरील उदाहरणातील प्राध्यापकांच्या शिकवण्याबाबत जर नमुना निवडायचा असेल तर प्राध्यापक किती घ्यायचे विद्यार्थी किती, घ्यायचे प्राचार्य किती, संस्थाचालक घ्यायचे किती हे ठरवून तेवढा प्रत्येक गटाचा नमुना निवडावा लागतो.

(2) विशिष्ट नमुना निवड - याला 'उद्देशपूर्ण नमुना निवड' असेही म्हटले जाते. संशोधक जाणीवपूर्वक काही नमुन्याची निवड करत असतो. त्याच्या डोळ्यांसमोर विशिष्ट उद्दिष्ट असते आणि त्या संबंधी जास्तीत जास्त माहिती देणारा गट त्याला हवा असतो. नमुना निवडीचे हे स्वातंत्र्य संशोधकाला असते.

(3) स्तरित यादृच्छिक नमुना निवड - हे वरील दोन्ही पद्धतींचे मिश्रण आहे. जेव्हा समूह फार मोठा असतो तेव्हा त्याचे गट पाडले जातात आणि यदृच्छेने गट निवडून विशिष्ट नमुना पद्धतीने त्यातला नमुना निवडला जातो किंवा विशिष्ट नमुना पद्धतीने गट निवडून यदृच्छेने त्यातील नमुना निवडला जातो. वर्गीकरण केलेल्या गटामध्ये सर्व सजातीय घटक असले पाहिजेत हे त्याचे वैशिष्ट्य आहे.

(4) अंशप्रमाण नुमना पद्धत - संपूर्ण समूहात ज्याप्रमाणे घटक असतात, त्याप्रमाणे प्रत्येक घटकाचे नमुने घेतले जातात. ज्या प्रमाणात घटक असतील त्याच प्रमाणात हे नमुने निवडले जातात.

(5) व्यापक नमुना प्रकार - समूहातील सर्व घटकांशी संपर्क साधला जातो परंतु अभ्यास विषयाच्या कक्षेत येणाऱ्या घटकाचाच विचार केला जातो. जनगणना पद्धतीतून मिळणारे सर्व फायदे या नुमना निवडीतून मिळतात.

नमुना पद्धतींचे अनेक प्रकार अजूनही आहेत. सर्वात जास्त वापरले जाणारे व जास्त विश्वसनीय प्रकार वर सांगितले आहेत; अशा सर्व नमुना पद्धतीमध्ये नमुना निवडीची शक्यता, विश्वसनीयता, विभिन्न स्तरातील घटकांचा विचार, आणि विविध क्षेत्रांचा विचार केलेला असतो. नमुन्याचा आकार योग्य असावा. अतिलहान किंवा अतिमोठा असू नये. तो प्रातिनिधिक असावा. नमुना पद्धतीने जेव्हा संशोधन केले जाते तेव्हा पैसा, वेळ व श्रम यांची बचत होतेच. परंतु, त्या संशोधनाचे प्रशासन किंवा कागदपत्रांची मांडणी, नियोजन व समन्वय हे देखील सोपे जाते.

संशोधक हा पूर्वग्रहदूषित नसावा असे आपण आधी सांगितलेच आहे, तसा तो असेल तर मात्र नमुना निवडताना आपल्या मताशी अनुकूल असलेलाच नमुना निवडला जाईल आणि संभाव्यता व प्रातिनिधिकता हे दोन्ही गुण नाहीसे होतील व संशोधन स्वच्छ राहाणार नाही.

6.2 अहवाल लेखन

संशोधन पूर्ण झाल्यानंतर त्याचा अहवाल (report) तयार करायचा असतो. हा अहवाल देखील काही ठराविक मांडणीने मांडायचा असतो. त्या मांडणीचा आता आपण विचार करणार आहोत.

संशोधनाचा अंतिम टप्पा म्हणजे अहवाल लेखन. संशोधन करताना आलेल्या अडचणी आपण अनुभवलेल्या असतात. त्या सर्व विचारात घेऊन संशोधकाने आपला अहवाल चांगल्या पद्धतीने लिहावा.

6.2.1 चांगल्या अहवाल लेखनाची उद्दिष्टे व वैशिष्ट्ये -

(1) अहवालाची भाषा स्पष्ट व संतुलित असली पाहिजे. ती कोणत्याही अर्थाने क्लिष्ट, बोजड; व फार संकल्पनात्मक नसावी. आपण काय लिहिले आहे. हे वाचकाला न कंटाळता वाचता आले पाहिजे आणि तरीही जे आपल्याला शास्त्रीय भाषेत मांडायचे आहे तेही मांडता आले पाहिजे. त्या अहवालाची ललित कथा होता कामा नये.

(2) तथ्यांची मांडणी मुद्देसूद व क्रमवार आली पाहिजे. एकच मुद्दा पुन्हा पुन्हा आला आहे असे होता कामा नये.

(3) आपला अहवाल वाचून जास्तीत जास्त लोकांना त्याचा फायदा मिळावा. त्यांच्या संशोधनाला त्या अहवालाचा उपयोग झाला पाहिजे.

(4) निष्कर्ष विश्वसनीय आणि शास्त्रीय असले पाहिजेत.
(5) अहवालामध्ये कोणती संशोधन पद्धती वापरली आहे, याचा स्पष्ट उल्लेख असला पाहिजे.
(6) संशोधनातील समस्यांचा उल्लेख अहवालात असला पाहिजे; त्यातून पुढील संशोधकांना अडचणींची कल्पना येते व त्यांचा फायदा होतो.
(7) संशोधनामध्ये कोणत्या नव्या संकल्पना वापरल्या आहेत किंवा कोणता नवा सिद्धांत विकसित करण्याचा प्रयत्न केला आहे ते स्पष्टपणे मांडावे. आपल्या संशोधनाचे वेगळेपण अहवालातून मांडले गेले पाहिजे.
(8) अहवालाचे स्वरूप आकर्षक असले पाहिजे. अहवाल संगणकावर टाईप करावा. त्यात रंगीत आलेख असावेत, तक्ते असावेत. संशोधन विषयाशी अनुरूप असे फोटो असावेत. प्रकरणांना नीट शीर्षके द्यावीत. अनुक्रमणिका असावी; तक्त्यांची सूची असावी. वाचलेल्या पुस्तकांची यादी द्यावी.

6.2.2 अहवाल लेखनाच्या पायऱ्या -

संशोधन ज्याप्रमाणे एका चौकटीत बांधलेले असते तसेच अहवाल लेखनाची देखील एक चौकट किंवा बांधणी ठरलेली आहे. हा अहवाल पुढीलप्रमाणे असला पाहिजे -

(1) प्रस्तावना - संशोधनाबाबतची पृष्ठभूमी, पूर्व संकल्पना या प्रस्तावनेत मांडली गेली पाहिजे. विषय काय आहे, विषयाचा गाभा काय आहे, त्याची खोली किती आणि हा विषय कसा सुचला तो कसा महत्त्वाचा आहे इत्यादी बाबी त्यात आल्या पाहिजेत. कोणत्याही विषयात प्रवेश करण्यापूर्वी प्रस्तावना आवश्यक असते.
(2) विषयासंबंधी माहिती - प्रस्तावनेनंतर विषयात प्रवेश करण्यासाठी विषयासंबंधीची पार्श्वभूमी मांडायची असते. त्याचबरोबरीने या विषयात संशोधन करण्याची गरज कशी आहे? या विषयाची निवड का केली? त्याचे आधार काय आहेत? आणि संशोधनाने त्याचा फायदा कोणाला व कसा होऊ शकतो या संबंधी माहिती यात द्यायची असते.
(3) संशोधनाचा उद्देश - कोणत्याही संशोधनाचा उद्देश ज्ञान मिळवणे व वाढवणे हा असतोच. नवे ज्ञान मिळवणे, प्रचलित सिद्धान्ताची परीक्षा करणे, असा असतो. आपल्याला या संशोधनातून काय फायदा मिळणार आहे ते लिहावे. काही व्यावहारिक फायदा मिळणार असेल तर ते ही प्रामाणिकपणे लिहावे.
(4) संशोधनाचे क्षेत्र - संशोधनाच्या क्षेत्राबाबतची माहिती अहवालात नोंदावी. हे क्षेत्र कधी भौगोलिक असू शकते, कधी एखादा समुदाय असू शकते किंवा

एखादी जीवनशैली असू शकते. या क्षेत्राबाबतची स्पष्ट माहिती, त्या क्षेत्राची रचना अहवालात असावी.

(5) तथ्य संकलनाच्या पद्धती - संशोधनातील तथ्ये कशा प्रकारे मिळवली आहेत, त्याचा उल्लेख असावा. प्रश्नावली, मुलाखत या पद्धतीने प्राथमिक स्रोतातून तथ्ये मिळवली आहेत की दुय्यम स्रोतांचा वापर केला आहे, ते सांगावे. नमुना कसा निवडला आहे ते लिहावे.

(6) संशोधनाचे संघटन - संशोधन कशाप्रकारे संघटित करण्यात आले आहे ते लिहावे. म्हणजे सुरुवात केल्यापासून ते अहवाल लेखनापर्यंत करावे लागणारे संघटन, निरनिराळ्या घटकांशी साधावा लागणारा समन्वय व संशोधनाच्या कामाचे नियोजन लिहिणे अपेक्षित आहे.

(7) विश्लेषण व निष्कर्ष - संशोधनात मिळालेली आकडेवारी कशा प्रकारे अभ्यासली आहे व त्यावरून कसे निष्कर्ष काढले आहेत. त्याचे सविस्तर विवेचन यात अपेक्षित आहे. प्रत्यक्ष तथ्ये आणि त्यांचे विश्लेषण, निरूपण आणि निष्कर्ष लिहावेत.

(8) सूचना व उपाययोजना - संशोधन हे जसे ज्ञानाच्या अपेक्षेने केले जाते तसेच ते सामाजिक प्रश्नांचा ऊहापोह करण्यासाठी देखील केले जाते. संशोधन पूर्ण झाल्यानंतर शक्य असल्यास सुचवावे. त्यावर उपाययोजना काय करता येतील, या सूचना संशोधकर्त्यांचा अनुभव, वय, काम व संशोधनाची खोली यावर अवलंबून असतात.

(9) परिशिष्टे व संलग्नपत्रे - अहवालाच्या शेवटी संशोधनासंबंधीची परिशिष्टे जोडणे आवश्यक असते. आपल्या संशोधनाची प्रमाणता प्रामाणिकपणा सिद्ध करण्यासाठी अशी परिशिष्टे जोडायची असतात. सर्व महत्त्वाची कागदपत्रे, प्रश्नावली, नकाशे, आलेख इ. बाबी या परिशिष्टात समाविष्ट होतात.

(10) संदर्भ ग्रंथ सूची - संशोधनकर्ता हा विद्यार्थीच असतो, तो ज्ञानसाधना करत असतोच. संशोधनाच्या अनुषंगाने त्याला खूप वाचावे लागते. मूलभूत संकल्पना स्पष्ट करून घेण्यासाठी हे वाचन आवश्यक असते. संशोधन करताना काय काय वाचले, याची यादी शेवटी द्यायची असते.

'अहवाल लेखन'वरील चौकट पाळून लिहिताना ते प्रकरणामध्ये देखील विभागावे लागते. आता वरील 10 मुद्दे ढोबळमानाने प्रकरणबद्ध कसे करता येतील, ते पाहू.

प्रकरण पहिले - यात प्रस्तावना, विषयाची ओळख, विषय निवडण्यामागची आपली उद्दिष्टे, समस्येबाबतची माहिती, त्याबद्दलचे केलेले विधान, त्याची गृहीते, आकडेवारी गोळा करण्याच्या पद्धती, संशोधन पद्धती, अहवालाचा एकूण सारांश

लिहून एकंदर प्रकरणाची रचना कशी राहाणार आहे याचा आराखडा मांडावा.

प्रकरण दुसरे - समस्येबाबतचा पूर्ण इतिहास, आधी झालेला अभ्यास, त्याबाबतची तज्ज्ञांची मते इत्यादी.

प्रकरण तिसरे - समस्येबेबतची सद्य:स्थिती, सध्याची तज्ज्ञांची मते, नवे मतप्रवाह इत्यादी सखोल वाचन व त्यासंबंधी आढावा आणि आपण कसा अभ्यास करत आहोत त्याबाबत पार्श्वभूमी.

प्रकरण चौथे - आपले संशोधन, त्याबाबत घेतलेल्या मुलाखती, प्रत्यक्ष आकडेवारी, तक्ते आणि तक्त्यांबाबचे आलेख व शेकडेवारी, सहसंबंध सहगुणक, विश्लेषण इ.

प्रकरण पाचवे - प्रत्यक्ष संशोधन पद्धतीचा वापर करून केलेले आपले विश्लेषण, आपले निष्कर्ष, आपली उद्दिष्टे काय होती, आपले विधान काय होते ते यशस्वी झाले किंवा नाही. विधान स्वीकारावे किंवा नाही यासंबंधी विवेचन, आपली गृहीते प्रत्यक्ष अभ्यासानंतर बदलली का, गृहीतांबाबतचे विवेचन, सुव्यवस्थित मांडावे.

प्रकरण सहावे - यामध्ये प्रमुख्याने संपूर्ण अहवालाचा गोषवारा असतो. यानंतर परिशिष्टे विभाग असावा, यात, महत्त्वाच्या कागदपत्रांच्या संदर्भासाठी घेतलेल्या सत्यप्रती, प्रश्नावली, नकाशे, संदर्भ ग्रंथ सूची इत्यादींचा समावेश असावा.

ही विभागणी फार ढोबळमानाने दिलेली आहे. संशोधकाने आपल्या मार्गदर्शकांच्या साहाय्याने व त्यांच्या मार्गदर्शनाखाली आपले संशोधन किंवा प्रकल्प पूर्ण करावा.

अशा पद्धतीने सर्व नियमांच्या चौकटी पाळून लिहिलेला अहवाल आपले संशोधन पूर्ण करतो व सादरीकरणास तयार होतो. त्याची मौखिक मांडणी करताना किंवा बहि:स्थ परीक्षकांना सामोरे जाताना अशा लेखी अहवालाचा भक्कम आधार मिळतो, अहवाल नीट असेल तर, मौखिक परीक्षा उत्तम प्रकारे पार पडते.

या पुस्तकाच्या सुरुवातीला गणिती तंत्रे मांडली, नंतर सांख्यिकीचा अभ्यास केला. ही सांख्यिकी तंत्रे संशोधनाला उपयुक्त ठरतात. त्यांचा वापर कसा करायचा ते पहिल्या दोन्ही विभागात मांडले आहे. गणित व संख्याशास्त्र यांना न घाबरता संशोधनाची साधने म्हणून त्यांच्याकडे पहा व त्यांच्याशी मैत्री करा.

◆ ◆

संदर्भसूची

(1) Mike Rosser - Basic Mathematics for Economists, II edition - 2003, Routledge, London.

(2) Raymond A. Barnett, Michael R. Ziegler - College Mathematics, 7th Edition (1996), Prentice Hall, International, (UK)

(3) Allen R.G.D., Mathematical Analysis for Economists, (1989) Mac Millan India Ltd., Madras.

(4) David Bowers - Statistics for Economists (1982), Mac Millan Publishers, London.

(5) John E. Freund - Modern Elementary Statistics, 5th Edition, (1979), Prentice Hall International, (UK)

(6) S.C. Gupta - Fundamentals of Statistics, 7th Edition (1996), Himalaya Publishing House, Mumbai.

(7) S.P.Gupta, - Statistical Methods, 35th Edition (2007) Sultan Chand and Sons, New Delhi.

(8) Y.R.Mahajan, Statistical Theory and Practice सांख्यिकी - (2008) पिंपळापुरे ॲण्ड कं. नागपूर.

(9) R.S.Aggarwal, Quantitative Aptitude (2001) Sultan Chand and Sons, New Delhi.

(10) प्रा. राम देशमुख, 'मूलभूत सांख्यिकी' (२००५) विद्या प्रकाशन, नागपूर